AF741608

മൂന്നു പെണ്ണുങ്ങളുടെ കഥ

Moonnu Pennnugalude Kadha
Stories

Satheeja V R

CHINTHA PUBLISHERS
Thiruvananthapuram

First Edition
May 2023

Second Impression
October 2023

Published & Typesetting
Chintha Publishers, Thiruvananthapuram

Printed at
Repro India Ltd, Mumbai

Cover Design
Vinod Mangoes

Illustration
Ranjith M S, Vinesh Mohan

ISBN : 978-93-94753-99-0

CO - 3292 / 6722

Email: chinthapublishers@gmail.com
Website: www.chinthapublishers.com

A version is available at National Libraries
Kolkata, Mumbai, Chennai and Delhi

Distribution
DESHABHIMANI BOOKHOUSE
H O Thiruvananthapuram 695035

Branch
Head Office Kunnukuzhi • Statue Thiruvananthapuram
KSRTC Bus Terminal Thampanoor • Saphalyam Complex Thiruvananthapuram
KSRTC Bus Station Alappuzha • KSRTC Bus Station Ernakulam
Machingal Lane Thrissur • IG Road Kozhikode
Mavoor Road Kozhikode • NGO Union Building Kannur
Central Bus Terminal Complex Thavakkara Kannur

മൂന്നു പെണ്ണുങ്ങളുടെ കഥ

സതീജ വി ആർ

ചിന്ത പബ്ലിഷേഴ്സ്
തിരുവനന്തപുരം-695 035
വില : ₹ 160

സതീജ വി ആർ

തിരുവനന്തപുരം ജില്ലയിലെ ആര്യനാട്, വിക്രമൻ നായരുടെയും രത്നമ്മയുടെയും മകളായി ജനിച്ചു. ലൂഥർ ഗിരി യു പി സ്കൂൾ, ആര്യനാട് ഗവൺമെന്റ് ഹൈസ്കൂൾ, കാട്ടാക്കട ക്രിസ്ത്യൻ കോളേജ്, കേരള യൂണിവേഴ്സിറ്റി ബി എഡ് സെന്റർ, വിക്ടറി ഹൈസ്കൂൾ ഓലത്താന്നി എന്നിവിടങ്ങളിൽ വിദ്യാഭ്യാസം പൂർത്തിയാക്കി. സെക്രട്ടറിയേറ്റ് പൊതുഭരണ വകുപ്പിൽ ഉദ്യോഗസ്ഥയാണ്.

ഭർത്താവ് : വിജു വി ജി
മകൾ : ജാനകി
വിലാസം : അക്കരവീട്
ആര്യനാട് പി ഒ
തിരുവനന്തപുരം
ഫോൺ : 9400754223

ഉള്ളടക്കം

പ്രസാധകക്കുറിപ്പ്

സ്ത്രീജീവിതത്തിന്റെ സങ്കീർണ്ണതകളെ ഭാവതീവ്രതയോടെ അവതരിപ്പിക്കുന്ന കഥകളാണ് ഈ സമാഹാരത്തിൽ. പാരമ്പര്യവും ആധുനികതയും തമ്മിലുള്ള സംഘർഷം സ്ത്രീ ജീവിതത്തിന്റെ ഉള്ളറകളിൽ എപ്രകാരം കൊടിയേറുന്നു എന്നു കാട്ടിത്തരുന്ന കഥകൾ. ഈ സമാഹാരത്തിലെ പെണ്ണുങ്ങൾ ആൺകോയ്മകൾ വരച്ചിട്ട ലക്ഷ്മണരേഖകൾ താണ്ടിപ്പോയവരും സ്വന്തം ഉൾക്കരുത്താൽ ഭൂമിയിൽ വിരലൂന്നി നിന്നവരുമാണ്. കഥാഭൂമികയുടെ തെരഞ്ഞെടുപ്പിൽ അസാധാരണമായ കൈത്തഴക്കമാണ് എഴുത്തുകാരി കാണിക്കുന്നത്. പ്രകൃതിയും കഥയും കഥാപാത്രങ്ങളും ഒന്നായിത്തീരുന്ന അനുഭൂതി പകരാൻ ആ കഥകൾക്ക് ത്രാണിയുണ്ട്.

ചിന്ത പബ്ലിഷേഴ്സ്

ആമുഖം

കഥപ്പിറവികൾ

ഒരമ്മയുടെ ഉദരത്തിൽ ജനിച്ച് ഒരുപാടമ്മമാരുടെ മടിത്തട്ടിൽ വളർന്നതിനാലാവാം പല രസത്തിലും ഭാവത്തിലുമുള്ള കഥകൾ പ്രാണ ലിൽ പതിഞ്ഞിരുന്നത്. അവ്യക്തമായ ആ കഥയോർമ്മകൾ മങ്ങിയും മിന്നിയും കഥ പിറപ്പിന്റെ വഴി തെളിക്കുന്നുണ്ടാവാം. ആ കഥയമ്മമാർക്ക്, അച്ഛന്റെ തകരപ്പെട്ടിയിൽ മഞ്ഞളിച്ചു കിടന്ന കഥക്കടലാസുകളിൽ നിന്ന് അമ്മ കണ്ടെടുത്ത പാരമ്പര്യത്തിന്റെ കഥ പടർപ്പുകൾക്ക്, ആദ്യം *മംഗളവും മനോരമയും മനോരാജ്യവും* തന്ന് വായന പഠിപ്പിക്കുകയും പിന്നെ *കലാകൗമുദിയും മാതൃഭൂമിയും* തന്ന് പ്രാണനിൽ അക്ഷരമുദ്ര പതിപ്പിച്ച എന്റെ അമ്മക്കുട്ടിക്ക്, കേട്ടുറങ്ങാൻ വേണ്ടി കള്ളക്കഥകൾ ചമയ്ക്കാൻ പ്രേരിപ്പിച്ച അനിയത്തിക്കുട്ടിക്ക്, പല ജാതി പുസ്തകങ്ങളെ ക്കൊണ്ട് ആത്മാവിനെ പല ജീവിതങ്ങളിലേക്ക് സഞ്ചരിപ്പിച്ച ഗുരുക്കൻ മാർക്ക് ജീവിതക്കാഴ്ചകളെ വെള്ളിത്തിരശ്ശീലയിലേക്ക് മത്സരിച്ച് വിടർത്തി വച്ച് വിസ്മയദൃശ്യങ്ങൾ ഉള്ളിലേക്കു പകർത്തി തന്ന ആര്യ നാട്ടിന്റെ സ്വന്തം ഗീതയ്ക്കും പിന്നീട് ആതിരയായി രൂപം മാറിയ സംഗീ തയ്ക്കും എന്റെ കഥയില്ലായ്മകൾ പൊറുത്തു പൊറുത്ത് കഥയെഴു ത്തിന് കൂട്ടിരുന്ന എന്റെ പ്രാണ പകുതിയ്ക്ക്, അപൂർണ്ണമായ എഴു ത്തിനെ കട്ടെടുത്ത് ഇതെന്താണെഴുതിപിടിപ്പിച്ചിരിക്കുന്നതെന്ന എന്റെ കുഞ്ഞിപ്പെണ്ണിന്റെ വിസ്മയ ചോദ്യത്തിന്, അക്ഷരങ്ങളെ ചിലപ്പോഴെ ങ്കിലും ശബ്ദമാക്കി രസിപ്പിച്ച അനിയന്, പിണങ്ങിപ്പോയ വായനയെ മടക്കിത്തന്ന് മനസ്സിലെങ്ങോ മടിപിടിച്ചു കിടന്ന കഥകളെ പുറത്തേക്ക് വലിച്ചിറക്കിയ അനിയൻ കുട്ടിക്ക്, എഴുതി തോല്ക്കുമെന്നാവുമ്പോൾ ജയത്തിലേക്കുള്ള അവസാന പടിയിലാണ് നീയെന്ന വെറും വാക്ക് പറ ഞ്ഞ് ജയിപ്പിച്ച പ്രിയ സ്നേഹിതയ്ക്ക്, കഥകളെല്ലാം ഒരു പുസ്തക

ത്തിന്റെ പുറങ്ങളിൽ പകർത്തി വയ്ക്കണമെന്ന് നിരന്തരം ഓർമ്മിപ്പിച്ച സഹപ്രവർത്തകർക്ക്, സുഹൃത്തുക്കൾക്ക്, നോവലുപോലെ ഉൾപ്പരപ്പുള്ള ജീവിത കഥകളുള്ള ആര്യനാട്ടിലെ ഓരോ മനുഷ്യനും, കഥയെ വരച്ചു വരച്ച് അതിനെ കാഴ്ചപ്പുറത്ത് എത്തിച്ച പ്രിയ സുഹൃത്ത് രഞ്ജിത്തിനും വിനേഷിനും

അവതാരിക എഴുതിത്തരാമെന്ന ഉറപ്പ് തെറ്റിച്ച് അത് എഴുതി പൂർത്തിയാക്കിയ ഉള്ളുമെടുത്ത് കടന്നുകളഞ്ഞ ശ്രീ. സതീഷ് ബാബു പയ്യന്നൂർ സാറിന്, പഠനം തയ്യാറാക്കിയ ശ്രീ. സന്തോഷ് സാറിന്, കഥ പ്രസിദ്ധീകരിച്ച ചിന്ത പബ്ലിഷേഴ്സിന്, എല്ലാവർക്കും നന്ദി.

സതീജ വി ആർ

മൂന്നുപെണ്ണുങ്ങളുടെ കഥ

“ഇനി കാക്കണോ... എട്ത്താലോ... നേരം വൈകാതിരിക്കണ താണേ നല്ലത്...” “ആ കുട്ടി വരോ...” “വരും....” “ഇന്നലെ കമ്പി കൊട്ത്ത്” രാമൻ നായർ പറഞ്ഞു “അതിപ്പം എബ് ടാ...” അതിന് രാമൻ നായർ മറുപടി പറഞ്ഞില്ല. അതിനയാൾക്ക് അനുവാദമുണ്ടായിരുന്നില്ല.. മരിച്ചാലും സാവിത്രിക്കുഞ്ഞമ്മ അയാളുടെ യജമാനത്തിയും അയാൾ അവരുടെ വിശ്വസ്തനായ ഭൃത്യനുമായിരുന്നു.. മനുഷ്യർ മരിക്കുന്നുവെന്നു കരുതി ബന്ധങ്ങൾ മരിക്കുമെന്നയാൾ കരുതുന്നില്ല... “വരും.” രാമൻ നായർ ഉറപ്പിച്ചു. പിന്നെയും അംബാട്ടിക്കുഞ്ഞമ്മയെയും കാത്ത് സാവിത്രിക്കുഞ്ഞമ്മ മരിച്ച് ചമഞ്ഞ് കിടന്നു, നേരത്തോട് നേരം വരെ. “ഇനി വയ്യ... എട്ക്കാം....” മാർക്കണ്ഡേയൻ നായർ പറഞ്ഞു. രാമൻ നായർക്കും മറുപടി ഉണ്ടായിരുന്നില്ല...

ശവദാഹത്തിനുള്ള ഒരുക്കങ്ങൾ ആരംഭിച്ചു.. അരിയും തുളസിപ്പൂവും തീർത്ഥവുമെത്തി... ശ്രാദ്ധക്കാരൻ കൈയ്യുകൾ കഴുകി. അപ്പോഴാണ് തെക്കേപ്പാടത്തേക്കുള്ള ചെമ്മൺ വഴിയിലൂടെ ഒരു മോപ്പഡ് ഓടിക്കിതച്ചെത്തിയത്. അംബാട്ടി കുഞ്ഞമ്മയുടെ ആ വരവ് മയിലാടും പാറയ്ക്ക് ഉൾക്കൊള്ളാവുന്നതിനുമപ്പുറമായിരുന്നു.. അക്കാലം വരെ മൈലാടും പാറയിലെ ഒരു പെണ്ണും മോപ്പഡ് ഓടിച്ചിരുന്നില്ല.. പിന്നിൽ പന്ത്രണ്ടു വയസ്സോളം പ്രായം വരുന്ന കുട്ടിയെയുമിരുത്തി വശങ്ങളിലും പിന്നിലുമായി രണ്ട് പെട്ടികളും രണ്ട് തുകൽ ബാഗുകളും കെട്ടിച്ചേർത്ത് പൊടിയും വെയിലുമേറ്റ് കരുവാളിച്ച് മുഷിഞ്ഞ ഉടുപ്പും കാൽസറായിയുമിട്ട് അഴുക്കും മെഴുക്കും പിടിച്ച് പാറിപ്പറന്ന ചെമ്പിച്ച മുടിയുമായി ആ ആൾക്കൂട്ടത്തിൽ അപരിചിതയെപ്പോലെ അവർ നിന്നു. തീവണ്ടിയാപ്പീസീന്ന് തഹസിൽദാരോടും ഭാര്യയോടുമൊപ്പം യാത്ര പറഞ്ഞു പോയ

അംബാട്ടിക്കുഞ്ഞമ്മയാണ് അതെന്നു വിശ്വസിക്കാൻ മൈലാടും പാറക്കാർ തയ്യാറായില്ല. അവരുടെ അംബാട്ടിക്കുഞ്ഞമ്മ മോപ്പഡ് ഓടിക്കയോ. കഴുത്തറ്റം മുടി ക്രോപ്പ് ചെയ്യുകയോ കാൽസറായിയും ഷർട്ടും ധരിക്കയോ.. ചെയ്യാത്തവളായിരുന്നു. ആളുകൾ മൂക്കത്ത് വിരൽവച്ചുകൊണ്ട് തള്ളണോ കൊള്ളണോ എന്ന ചിന്താഭാരത്തോടെ മാറി നില്ക്കേ. രാമൻ നായർ നന്നാട്ടെ ചന്ദ്രനെയും രാമനെയും കൂട്ടി മോപ്പഡിൽ ചേർത്തു കെട്ടിയിരുന്ന തുകൽ ബാഗുകളും പെട്ടിയും അഴിച്ചെടുത്ത് വീടിനുള്ളിലേക്ക് അവരെ നയിച്ചു. നീണ്ടു ചുരുണ്ട മുടിയിൽ മുല്ലപ്പൂ ചൂടി നെറ്റിയിൽ വരമഞ്ഞൾക്കുറി വരച്ച് കീഴേടത്ത് ദേവി ക്ഷേത്രത്തീന്ന് ഇറങ്ങി വരുന്ന അംബാട്ടി കുഞ്ഞമ്മയെ ഇന്നലെക്കണ്ട ഓർമ്മയായിരുന്നു വായനശാലയിലെ മരബഞ്ചിൽ കുത്തിയിരുന്ന് വാർദ്ധക്യം ആസ്വദിച്ചു തീർക്കുന്ന സഹദേവപ്പണിക്കരുടേത്. തഹസിൽദാർ ഓഫീസിൽ ഗുമസ്തനായിരുന്ന കോരുതിന്റെ ഓർമ്മയുടെ മടക്കുകളിൽ അംബാട്ടിക്കുഞ്ഞമ്മയുടെ നീണ്ടു ചുരുണ്ട കേശഭാരം ഒരു കരിംപാത്തിയെപ്പോലെ ചുറ്റു പിണഞ്ഞ് കിടന്നിരുന്നു. തഹസിൽദാരെയും ഭാര്യയെയും യാത്രയയക്കാൻ കോരുതും പോയിരുന്നു, തീവണ്ടി ആപ്പീസിൽ. തെക്കേ പാടത്തെ സാവിത്രി കുഞ്ഞമ്മ നോമ്പു നോറ്റും ഉരുളി കമഴ്ത്തിയും ഉണ്ടായ ഏക സന്താനത്തെ പരദേശിയായ ഒരു തഹസിൽദാർക്കും ഭാര്യക്കും ദത്തിന് നല്കിയതിലെ ഔചിത്യം ആർക്കും ബോധിച്ചിരുന്നില്ല. മാർക്കണ്ഡേയൻ നായർ ശക്തമായി എതിർത്തുവെങ്കിലും സാവിത്രി കുഞ്ഞമ്മ തീരുമാനത്തിൽനിന്നും തെല്ലും പിന്നോട്ട് പോയില്ല. എന്നിട്ടും തീവണ്ടി ആപ്പീസിലെ സിമന്റ് ബഞ്ചിലിരുന്ന് അമ്മയും മകളും വണ്ടിയെത്തുവോളം കെട്ടിപ്പിടിച്ച് കരഞ്ഞു. പുറപ്പെടാൻ നേരം ഹൃദയം നുറുങ്ങിപ്പോകുന്ന വേദനയോടെ മകളെ നെഞ്ചിൽനിന്നും അടർത്തിമാറ്റി തഹസിൽദാരുടെ

ഭാര്യയെ ഏല്പിച്ച് രാമൻ നായർ ഓടിക്കുന്ന അംബാസഡറിന്റെ പിൻസീറ്റിലിരുന്ന് സാവിത്രി കുഞ്ഞമ്മ ഏങ്ങലടിച്ചു കരഞ്ഞു. മാർക്കണ്ഡേയൻ നായർ തീവണ്ടി ആപ്പീസിൽ എത്തിയിട്ടുണ്ടായിരുന്നില്ല. സാവിത്രി കുഞ്ഞമ്മ വീട്ടിലെത്തിയപ്പോഴേക്കും അയാൾ പെട്ടിയും കിടക്കയുമെടുത്ത് തെക്കേപ്പാടത്ത് നിന്നും ഇറങ്ങി തീവണ്ടി ആപ്പീസിൽ കടല വിറ്റു നടന്ന സരസൂനോടൊപ്പം പൊറുതി തുടങ്ങിയിരുന്നു. കുട്ടികളില്ലാത്ത തഹസിൽദാരും ഭാര്യയും അംബാട്ടി കുഞ്ഞമ്മയെ ദത്തെടുത്തതാണെന്നും പഠിക്കാൻ മിടുക്കിയായ അംബാട്ടി കുഞ്ഞമ്മയെ നല്ല കോളേജിൽ പഠിപ്പിക്കുന്നതിലേക്കാണ് അവരോടൊപ്പം അയച്ചത് എന്നും മാർക്കണ്ഡേയൻ നായരുടെ ഒടപ്പിറന്നോളുടെ മകനായ ചന്ദ്രശേഖരൻ നായരെക്കൊണ്ട് അംബാട്ടിക്കുഞ്ഞമ്മയെ കെട്ടിക്കണമെന്ന് അയാൾ നിർബ്ബന്ധം പിടിച്ചതിനാലാണ് ദൂരേക്ക് അയച്ചതെന്നുമുള്ള പലവിധ കഥകളാണ് മൈലാടും പാറക്കാർ അംബാട്ടിക്കുഞ്ഞ

മ്മയെ തഹസിൽദാർക്കൊപ്പം അയച്ചതിനു പിന്നിലെ കാരണങ്ങളായി പറഞ്ഞുനടന്നത്. മൈലാടും പാറക്കാരുടെ കഥകളിൽ പുറമേ സാധു പ്രകൃതക്കാരനായ മാർക്കണ്ഡേയൻ നായർ പോലും ക്രൂരനും ദുഷ്ടനുമായ പിതാവായി അവതരിപ്പിക്കപ്പെട്ടു. സാവിത്രി കുഞ്ഞമ്മയാകട്ടെ ഒന്നിനോടും പ്രതികരിക്കാതെ, ഇതൊന്നും അറിഞ്ഞതായി പോലും ഭാവിക്കാതെ കീഴേടത്ത് അമ്പലത്തിൽ കുളിച്ചു തൊഴുതും നാട്ടുകാരോട് നഗരത്തിലെ മുന്തിയ കോളേജിൽ പഠിക്കുന്ന മകളുടെ ഗുണ ഗണങ്ങൾ വാഴ്ത്തിയും തഹസിൽദാരും ഭാര്യയും അവൾക്കുവേണ്ടി മാറ്റിവയ്ക്കുന്ന അളവറ്റ വാത്സല്യത്തെപ്പറ്റി മേനി പറഞ്ഞും സന്തുഷ്ടയായി കാണപ്പെട്ടു. മരണ വീടുകളിലും കല്യാണ ഇടങ്ങളിലും അവർ നഗരത്തിലെ കോളേജിൽ പഠിക്കുന്ന മിടുക്കിയായ മകളുടെ അമ്മയായി സ്വയം അവരോധിക്കപ്പെട്ടു.

ഒരു മണ്ഡലക്കാലത്ത് രാവിലത്തെ കുളിച്ചു തൊഴലും കഴിഞ്ഞ് കീഴേടത്ത് നടയിറങ്ങി തെക്കേ പാടത്തിന്റെ മതിലകത്തേക്ക് കടന്ന അവരെ പിന്നെ പുറത്തേക്കാരും കണ്ടതേയില്ല... അവിടേക്കെന്നല്ല ഒരിടത്തേക്കും പോകാനായി തേക്കേപ്പാടത്ത് വീടിന്റെ പടിപ്പുര അവർ ഇറങ്ങിയില്ല. വിഷാദത്തിന്റെ പാട മൂടിയ കണ്ണുകളുമായി അവർ തെക്കേപ്പാടത്ത് വീട്ടിലും വളപ്പിലുമായി പ്രാഞ്ചി നടന്നു. യാത്ര മുടങ്ങിയ അംബാസഡർ കാർ ഷെഡിൽ കിടന്ന് തുരുമ്പ് പിടിക്കാൻ തുടങ്ങിയിട്ടും രാമൻ നായർ ഡ്രൈവറായിത്തന്നെ തുടർന്നു. മൈലാടും പാറയിലെ പൊതു ഇടങ്ങളിൽ സാവിത്രിക്കുഞ്ഞമ്മ എന്ന പേര് തുരുമ്പരിച്ചു കിടന്നു.. തറവാട്ടു കുളത്തിന്റെ പായൽപ്പടവിൽ വഴുതി വീണ് ബോധം പോയ സാവിത്രി കുഞ്ഞമ്മയുടെ കഥയ്ക്ക്, രാമൻ നായർ എത്ര ഹൃദയസ്പർശിയായി അവതരിപ്പിച്ചിട്ടും, നൗഷാദിന്റെ ചായക്കടയിൽ പോലും ന്യൂസ് വാല്യു കിട്ടാതെ പോയി. എന്നാൽ ആ വീഴ്ചയോടെ ശയ്യാവലംബിയായ അവരുടെ മൂത്രവും മലവുമെടുക്കാൻ കപ്പലണ്ടിക്കാരി സരസു തെക്കേപ്പാടത്ത് എത്തിയ സംഭവം നൗഷാദിന്റെ കടയിൽ മാത്രമല്ല അമ്പല മുറ്റത്തും വായനശാലയിലും എന്നു വേണ്ട മയിലാടും പാറയുടെ മുക്കിലും മൂലയിലും ഏറെ പ്രാധാന്യത്തോടെ ചർച്ച ചെയ്യപ്പെട്ടു. മരിക്കുന്നതിന്റെ തലേന്നാളുവരെയും ഒരേ കിടപ്പു കിടന്ന സാവിത്രി കുഞ്ഞമ്മയെ കാണാൻ മകൾ എത്തുമോ എന്ന മൈലാടും പാറക്കാരുടെ ചോദ്യത്തിനും അമ്മയുടെ കിടപ്പ് മകൾ അറിഞ്ഞോയെന്ന അന്വേഷണത്തിനും രാമൻ നായർ വ്യക്തമായിട്ടൊന്നും പറഞ്ഞില്ല. എന്തു തന്നെയായാലും മകൾ അമ്മയെ കാണാൻ വന്നില്ല. മാർക്കണ്ഡേയൻ നായർ ഭാര്യയെ കാണാനും.

മരണത്തിന്റെ തലേന്നാൾ തളർന്നു കിടന്ന കൈയും കാലും വർദ്ധിച്ച ഊർജ്ജത്തോടെ വെട്ടി നിവർത്തി കിടക്കയിൽ എണീറ്റിരുന്നു കൊണ്ട് സാവിത്രി കുഞ്ഞമ്മ രാമൻ നായരെ കൈയാട്ടി വിളിക്കുകയും കാല്പെട്ടിയിൽ ഭദ്രമായി സൂക്ഷിച്ചിരുന്ന മേൽവിലാസമെഴുതിയിരുന്ന

ഒരു തുണ്ട് കടലാസ് തപ്പിയെടുത്ത് അയാളെ ഏല്പിക്കയും ചെയ്തു. അന്ന് സരസൂനെക്കൊണ്ട് മലവും മൂത്രവും കഴുകിച്ചില്ല. സ്വന്തമായി ത്തന്നെ കുളിയും തേവാരവും കഴിച്ച്, ചന്ദനപ്പൊട്ടും തൊട്ട് മേൽവിലാസ വുമായി പോസ്റ്റോഫീസിൽ പോയ രാമൻ നായർ ടെലഗ്രാം കൊടുത്ത് മടങ്ങിയെത്തിയോ എന്ന് സരസൂനോട് പലയാവർത്തി ചോദിച്ചുകൊണ്ട് അയാൾ മടങ്ങിയെത്തുന്നതുവരെ അരപ്ലേസിലെ ഒരു തൂണിൽ ചാരി വഴിയിലേക്ക് കണ്ണും നട്ടിരുന്നു. സരസു വിളക്ക് കൊളുത്തിയപ്പോൾ കൂടെയിരുന്ന് നാമം ജപിച്ചു.. രാമൻ നായരും സരസുവും അതു കണ്ട് ഒരുമിച്ച് കണ്ണീർ തുടച്ചു.. സരസൂനെക്കൊണ്ട് മര അലമാരയിൽ അലക്കി തേച്ചു വച്ചിരുന്ന കസവ് മുണ്ടുകളും വേഷ്ടികളും ഒന്നൊന്നായി പുറത്തേ ക്കെടുപ്പിച്ചു... ചിട്ടയായി അടുക്കി വെച്ചു.. ഒന്നു മാത്രം മാറ്റിവച്ചു. "ഇതെന്റെ കല്യാണപ്പൊടവയാ... അത് നീ എട്ക്കണ്ടാ... ബാക്ക്യെക്കൊ നെനക്കൊള്ളതാ."

രണ്ടോ മൂന്നോ ചുവന്ന പട്ടുകിഴികൾ എടുത്തു. പിന്നെ രാമൻ നായരെ നോക്കി.കള്ളച്ചിരിയോടെ അവളോടു ചോദിച്ചു: "ഇത്നകത്ത്ന്ന് നീ എന്തേലും കട്ടോ..., അങ്ങേരെ കട്ടത് പോലെ..." സരസു വിളറി. അപ്പോൾ അവളെ നോക്കി വെളുക്കെ ചിരിച്ചു. ഒരു കിഴി സരസുന് വച്ചുനീട്ടി. അവൾ വാങ്ങാൻ മടിച്ചപ്പോൾ പറഞ്ഞു: "ഞാവെർതേ പറഞ്ഞതാടി.... ആ വൃകോദരനെ... ന്ക്ക് പറ്റില്ലാ" ഒരു കിഴി അവൾക്കു കിട്ടി. രാമൻ നായർക്ക് രണ്ട് കിഴിയും.രാത്രിയിൽ ഞണ്ടു കറിയൊഴിച്ചു ചോറുണ്ടു.. ഞണ്ടിന്റെ കാലുകൾ ഈമ്പിവലിക്കുമ്പോൾ ഇത്രമാത്രം ചോദിച്ചു:

"സരസോ നീ അങ്ങേരെ പൊന്നോലെ നോക്കീല്ലോ...?" സരസു ഒന്നും മിണ്ടീല. "നീ എങ്ങനാടി അയാളെ....... പെരുമ്പാമ്പാ അത് കണക്കാ ചുറ്റി വരിയണേ... വൃകോദരൻ..." നാണിച്ച് പകുതിയിൽ നിർത്തി. പിന്നെ ചിരിച്ചു, നിർത്താതെ. ഒടുവിൽ കരഞ്ഞു.

"ന്റെ അംബാട്ടി വരുവോ സരസോ" രാത്രി ഉറങ്ങും വരെ ഉമ്മറത്തെ വിളക്കണയ്ക്കാൻ സമ്മതിച്ചില്ല. "അവള് വന്നാലോ..." മണ്ഡലച്ചെറപ്പിന്റെ കാലമായിരുന്നു. കിഴേടത്തമ്പലത്തിൽ അത്താഴപൂജ കഴിഞ്ഞ് നടയടപ്പിന്റെ കോലാഹലം അവസാനിച്ചപ്പോഴേക്കും ചെന്നു കിടന്നു. ഏറെനേരം തിരിഞ്ഞും മറിഞ്ഞും കിടന്നു. തുടരെ തുടരെ നെടുതായി നിശ്വസിച്ചു. 'കീഴേടത്ത് പോതിയേ ഒറക്കം ബര്ണില്ലാല്ലോ....' എന്നിങ്ങനെ പിറുപിറുക്കുന്നത് ഒന്നിലധികം തവണ കേട്ടു. സരസു ഉറങ്ങിപ്പോയി. പിറ്റേന്ന് സരസു ഉണർന്നു. ഉറക്കം വരണില്ലാന്ന് പരാതി പറഞ്ഞയാൾ ഉണർന്നില്ല.

മരണം കാണാൻ മാർക്കണ്ഡേയൻ നായരും എത്തി... മാവ് മുറി ക്കാനും ശവം ഒരുക്കിനും ദഹിപ്പിക്കാനുമുള്ള വസ്തുവകകൾ അടുപ്പി ക്കാനും സങ്കടമില്ലാതെ അയാൾ നേതൃത്വം നല്കി.. സാവിത്രി കുഞ്ഞമ്മ യുടെ ആങ്ങളയുടെ കുട്ടികളാണ് ശേഷക്രിയ ചെയ്യാൻ തയ്യാറായി

നിന്നത് മൂത്ത ആങ്ങളയുടെ മൂത്ത മകൻ രാമഭദ്രൻ നായർ ചെമ്പട്ടു മുടുത്ത് മുറ്റത്തേക്കിറങ്ങി "കുളത്തിൽ മുങ്ങി വരൂ...." പരികർമ്മി നിർദ്ദേശിച്ചു. പതിഞ്ഞതെങ്കിലും ഉറച്ച ശബ്ദത്തിൽ അംബാട്ടി പറഞ്ഞു: "കർമ്മങ്ങൾ ഞാഞ്ചെയ്യും.." അംബാട്ടി കുഞ്ഞമ്മയുടെ അവകാശം ചോദിച്ചു വാങ്ങൽ രാമഭദ്രനെയെന്ന പോലെ മയിലാടും പാറയിലെ മറ്റ് പൗരുഷങ്ങളെയും ചൊടിപ്പിച്ചു. മരണത്തിന്റെ നിശ്ശബ്ദതയ്ക്കിടയിൽ ഒരു മുറുമുറുപ്പ് പതിയെ പരന്നു തുടങ്ങി. മയിലാടും പാറയിലെ നടപ്പു രീതികളിൽ മരിച്ചത് ആണായാലും പെണ്ണായാലും സ്ത്രീ സ്പർശമേല്ക്കാത്ത ശേഷക്രിയകൾ മാത്രമേ മോക്ഷ പ്രാപ്തിയിലെത്തുകയുള്ളൂ. മരിച്ചവരാരും വൈതരണി കടക്കാൻ പെണ്ണുങ്ങളെ കൂട്ടുപിടിച്ചിരുന്നില്ല.. പെണ്ണുങ്ങളുടെ മരണാനന്തര അവകാശങ്ങൾ വായ്ക്കരിയിലവസാനിച്ചു.. "അത് പാടില്ല. എല്ലാറ്റിനും ഒരു മുറേം തരോം ഉണ്ട്..." ആദ്യ ശബ്ദം മാർക്കണ്ഡേയൻ നായരുടേതായിരുന്നു.. അത് പിന്നെ ആൾക്കൂട്ടത്തിലേക്ക് പകർന്നു. കത്തുന്ന കണ്ണുകളോടെ അംബാട്ടിക്കുഞ്ഞമ്മ മാർക്കണ്ഡേയൻ നായരെ നോക്കി..അയാൾ ചൂളി... തോറ്റ് വാലുചുരുട്ടിയ നായയെപ്പോലെ അയാൾ ആൾക്കൂട്ടത്തിലേക്ക് ഊളിയിട്ടു.. പിന്നെ അയാളെ കണ്ടില്ല. തെക്കേപ്പാടത്തേക്ക് പിന്നൊരിക്കലും അയാൾ വന്നതുമില്ല.

"വേണ്ടമ്പാട്ടിയെ... തീണ്ടാരിയും കളിയും ഒഴിഞ്ഞിട്ടില്ലാ നെനക്ക്." കർമ്മങ്ങൾ മുടങ്ങണത് ദോഷാണ്'' വടക്കും പുറത്തെ ശ്രീദേവി ക്കുഞ്ഞമ്മ മുന്നറിയിപ്പ് നല്കി.

"ന്റെ അമ്മേം ഇതൊക്കെ ഒള്ള ആള് തന്നായിരുന്നല്ലീ..." അമ്പാട്ടി തന്റെ ന്യായം പറഞ്ഞു.

''അങ്ങനേന്നാ നെന്റെ മോൻ ചെക്കനെ കൊണ്ട് ചെയ്യിക്ക്'' കരയോഗം പ്രസിഡന്റ് അനുരഞ്ജന ഭാവം കൈക്കൊണ്ടു. "നിക്ക് മോനില്ല. ഒള്ളതൊരുമോളാ...."

"അത് മോളാ..?"

കണ്ണുകളെല്ലാം കുട്ടിക്കു നേരെ തിരിഞ്ഞു. ആൺകുട്ടികളെപ്പോലെ മുടി ക്രോപ്പ് ചെയ്ത് മുട്ടിന് താഴെവരെയെത്തുന്ന പാന്റ്സും ടീ ഷർട്ടുമണിഞ്ഞ കുട്ടി...... പെൺകുട്ടി എന്ന് വിശ്വസിപ്പിക്കാനുള്ള യാതൊന്നും കാഴ്ചയിൽ അതിന് ഉണ്ടായിരുന്നില്ല. വീണ്ടും മുറുമുറുപ്പുകൾ ഉയർന്നെങ്കിലും കാൽസറായിക്ക് മീതെ വെളുത്ത കച്ചയുടുത്ത് അതിന് മീതെ അരയെ വട്ടംചുറ്റി, ചുവന്ന പട്ടുടുത്ത്, അമ്മയും മോളും കുളത്തിൽ മുങ്ങി നിവർന്ന് ശവമഞ്ചം തോളിലേറ്റി. അംബാട്ടിയുടെ മുടിയിൽനിന്നും കൺപീലികളിൽനിന്നും, വഴികളിൽ വെള്ളം ഇറ്റു വീണുകൊണ്ടിരുന്നു... നനഞ്ഞുകുതിർന്ന കാൽസറായിയിൽനിന്നും അമ്മയുടേയും മകളുടേയും സ്ത്രീത്വത്തെ തെരഞ്ഞു പിടിക്കാൻ മൈലാടും പാറയിലെ പൗരുഷങ്ങൾ വൃഥാ ശ്രമിച്ചു..

മരണാനന്തര ക്രിയകൾക്കു ശേഷവും അംബാട്ടിക്കുഞ്ഞമ്മ

തെക്കേപ്പാടത്ത് തന്നെ തുടർന്നു. സാവിത്രിക്കുഞ്ഞമ്മയെപ്പോലെ ത്തന്നെ മരവിച്ചു കിടക്കുകയായിരുന്നു ഇക്കണ്ട കാലമത്രയും തെക്കേ പ്പാടത്തെ മണ്ണും... നഗരത്തിൽനിന്നും വാടകയ്ക്കെടുത്ത ട്രാക്ടറിൽ അംബാട്ടിക്കുഞ്ഞമ്മ അതിനെ കുത്തിയിളക്കാൻ തുടങ്ങി. പോത്തുക ളുടെ ചവിട്ടും കലപ്പയുടെ കുത്തിയിളക്കലും മാത്രം ശീലിച്ചിരുന്ന തെക്കേപ്പാടം ട്രാക്ടറിന്റെ വേഗത്തിലും ഊർജ്ജത്തിലും കൂടുതൽ ഇളകി മറിഞ്ഞു ബീജധാരണത്തിനായി വിസ്തൃതമായിക്കിടന്നു.

"ഒരു പത്തിറാസ്കാരി..... ചെമ്മീൻ ചാടിയാ... ചട്ടിയോളം..... ഇതക്കെ എത്തറ നാളൊണ്ടാവും.. കമലന്റെ മൂരി ചവിട്ട്യാലെ മൈലാടും പാറേലെ മണ്ണ് പെറൂ..." കള്ളിന്റെ കുപ്പി വായിലേക്ക് കമിഴ്ത്തി കന്നു പൂട്ടുകാരൻ കമലൻ പരിഹസിച്ചു ഞാറ് നടാനും വളമിടാനും മടമ്പ് വെട്ടാനും തൂമ്പായുമായി പാടത്തേക്കിറങ്ങിയ അംബാട്ടിക്കുഞ്ഞമ്മയെ നോക്കി വേലപ്പൻ നായരും ചീരു ക്കോതയും പരിഹസിച്ചു: "പെടക്കോഴികളും കൂവിത്തുടങ്ങിയിരിക്ക്ണ്. ഞാന്റെ കഞ്ഞൂടി മുട്ടിക്കാൻ."

കമലന്റെ മൂരി ചവിട്ടാതെ തന്നെ തെക്കേപ്പാടം പെറ്റുകൂട്ടി, കണക്കില്ലാതെ. കിഴക്കേപ്പാടത്തെയും പടിഞ്ഞാറേപ്പാടത്തെയും മണ്ണ് അമ്പാട്ടിക്കുഞ്ഞമ്മയുടെ ട്രാക്ടറിന്റെ വന്യമായ ഇളക്കിമറിക്കലിനായി കാത്തു കിടന്നു. പറന്താടന്റെ ഷാപ്പീന്ന് അന്തിയും മോന്തി പടിപ്പുരയ്ക്ക് നേരെ നിന്ന് ചന്തി പൊക്കി കാണിച്ചായിരുന്നു കമലൻ പ്രതിഷേധിച്ചത്.

ഒന്നാമത്തേയും രണ്ടാമത്തേയും തവണ അംബാട്ടിക്കുഞ്ഞമ്മ ക്ഷമിച്ചു. പ്രതിഷേധം മൂന്നാം തവണയിലേക്കും നീണ്ടപ്പോൾ തിളച്ച ചൂടുവെള്ളം കമലന്റെ ചന്തിയെ പൊള്ളിച്ചു.. കമലൻ ഓടി, ദിശയറി യാതെ. അതോടെ കമലൻ പ്രതിഷേധ മാർഗ്ഗം വെടിഞ്ഞു.

മയിലാടും പാറയിൽ സൈക്കിളോടിക്കുന്ന ആദ്യ പെണ്ണ് അംബാട്ടിക്കുഞ്ഞമ്മയുടെ മകളായിരുന്നു. മകൾ സൈക്കിളിൽത്തന്നെ സ്കൂളിൽ പോകണമെന്ന നിർബ്ബന്ധം അമ്മയ്ക്കായിരുന്നു. ഹാൻഡി ലിന് കുറുകേ കെട്ടിയ വെള്ളിയലുക്കുകൾ, മണികൂടാതെ ഇടതുംവല തുമായി ഘടിപ്പിച്ച ഞെക്കുമ്പോൾ 'പോം പോം' പറയുന്ന വായു നിറച്ച ഹോണുകൾ, തള്ളുമ്പോൾ കാഹളംപോലെ ഊതി വിളിക്കുന്ന ബ്യൂഗിളാകൃതിയിലുള്ള ഹോൺ, ചക്രം തിരിയുമ്പോൾ അച്ചിനൊപ്പം തിരിയുന്ന പ്ലാസ്റ്റിക്കിന്റെ പൂക്കൾ, അമ്പാട്ടിക്കുഞ്ഞമ്മയുടെ മകളുടെ സൈക്കിളിന് സവിശേഷതകൾ ഏറെയായിരുന്നു. രാവുണ്ണി നായരുടെ സൈക്കിൾ ഷോപ്പീന്ന് മണിക്കൂറിന് പത്തു പൈസാ നിരക്കിൽ സൈക്കിളെടുത്ത് ചവിട്ടുന്ന കുട്ടികളായിരുന്നു സ്കൂളിൽ അധികവും. അവർ വലിയ പള്ളിക്ക് മുന്നിലെ കുത്തനെയുള്ള ചെമ്മൺ വഴി ചവിട്ടിക്കയറുന്ന അവളെ അസൂയയോടെ നോക്കി. സൈക്കിളിനെ വലിയ ഇലഞ്ഞിമരത്തിന് കീഴെ വിശ്രമിക്കാൻ വിട്ട് ക്ലാസിലേക്കു നടക്കുന്ന അവളെ വിസ്മയത്തോടെ ദൂരെനിന്നു കണ്ടു. ആരും അടുത്തു ചെന്നില്ല.
"ഒരു പകൽ ഉച്ചതിരിഞ്ഞ് അമ്മയുടെ മടിയിൽ തല വച്ച് ആകാശക്കാ

ഴ്ചകൾ കണ്ടു കിടക്കുമ്പോൾ മകൾ ചോദിച്ചു: "അമ്മാ ഉം....." "നമ്മക്ക് തിരിച്ച് പോയാലാ...?" "എന്താപ്പോ മോക്ക് അങ്ങനെ തോന്നാൻ" "ഒന്നൂല്ല" "പിന്നെ...?"

"ഇവിടാർക്കും നമ്മള ഇഷ്ടോല്ലല്ലോ"

"ആർക്കു...? "സ്കൂളിലും ആരുന്നോട് മിണ്ട്ണ്ല്ല..." അമ്മ ചിരിച്ചു. "നീയെന്താ അങ്ങട്ട് മിണ്ടാത്തേ.." "ഞാമ്മിണ്ട്യാലും മിണ്ട്ണ്ല്ല. ആർക്കുന്നെ ഇഷ്ടാല്ലമ്മാ..." "ആർക്കും ആരേം ഇഷ്ടല്ല മോളൂ... ഇഷ്ട്ക്കെ വെറും തോന്നലാ..."

"ആദ്യേ.. നമ്മക്ക് നമ്മളേ ഉള്ളന്ന ബോധ്യം വന്നാ മതി...." "അമ്മേ ഇനി ന്ക്ക് പാവാടേം ഉടുപ്പും വാങ്ങിത്തര്യോ. ന്റെ മുടി നീ ക്രോപ്പ് ചെയ്യണ്ട് മ്മാ." അമ്മ ചിരിച്ചില്ല. "ഇപ്പങ്ങ് നക്ക മതീ അമ്മ ഗൗരവത്തോടെ പറഞ്ഞു." "ന്നെ മൊട്ടച്ചിന്നാ വിളിക്കണേ... എനിക്ക് വയ്യമ്മാ... സ്കൂളിലാരും എനിക്ക് കൂട്ടില്ല. മാഷ് മാരക്കെ നിക്ക് പേട്യാ.......ന്റെ സൈക്കിളിന്ന് ചെറുക്കന്മാർ കാറ്റഴിച്ച് വിടും... ബ്രേക്ക് ലൂസാക്കി വയ്ക്കും... അവ്ടന്ന് രാവുണ്ണിട സൈക്കിൾ ഷാപ്പുവരെ അത് നേം വലിച്ച് നടന്ന് നിക്ക് വയ്യമ്മ..." "നീയെന്താ മാഷ്നോട് പരാതി പറയാത്തെ" "പറഞ്ഞ്"

"പിന്നെന്താ"

"മാഷ് പറഞ്ഞ് നെനക്ക് നടന്ന് സ്കൂളി വന്നാന്ത്ന്ന്" അത് മാഷാ തീരുമാനിക്കണത് സൈക്കിൾ നിന്റേത്. അതിൽ തൊടാൻ ആർക്കാണ് അധികാരം." അമ്മയുടെ മുഖം ചെമന്നു. "മാഷ് മ്മാരൊക്കേന്നോട് വേർതിരിവോടയാപെർമാറണേ...നിക്ക് സാധാരണ കുട്ട്യോളപ്പോലാ യാൽ മതീമ്മേ.", മകൾ കരഞ്ഞു. "നിനക്കറിയില്ല മോളൂ... ചുറ്റും പെരുമ്പാമ്പ് കളാ... ചുറ്റി വരിയുമ്പോഴേ അറിയൂ...... അപ്പോ രക്ഷപ്പെ ടാനും പറ്റില്ല.ധൈര്യം വേണം..." അമ്മ വെറുതെ തലയിൽ തലോടിക്കൊ ണ്ടിരുന്നു.. "പിറ്റേന്ന് അതിരാവിലെ അമ്മ മകളെ ദേവസ്യാ ചെറുക്കാ ടന്റെ കരാട്ടേ ക്ലാസിൽ ചേർത്തു. ചെറുക്കാടനും അതിശയമായിരുന്നു. അയാളുടെ കരാട്ടേ കളരിയിലെ ആദ്യത്തെ പെണ്ണായിരുന്നു അവൾ.

ആരും കേൾക്കാതെ മകളുടെ ചെവിയിൽ അടക്കത്തിൽ അമ്മ ഇത്രയും കൂടി ഉപദേശിച്ചു: "മകളേ....., നിന്റേതായതൊക്കെ നിന്റേതാണ്. അത് സൂക്ഷിക്കേണ്ടത് നീയാണ്.... അതിൽ ആരു തൊടണം ആരു തൊടണ്ട എന്ന് തീരുമാനിക്കേണ്ടതും നീയാണ്"

ആയോധന പരിശീലനത്തിന്റെ നാലാം ആഴ്ച തന്റെ സൈക്കിൾ തന്റേതാണെന്ന് ഒമ്പതാം ക്ലാസിൽ നാലു തവണ തോറ്റ അയ്യപ്പൻ കുട്ടിയെയും കരാട്ടേ പരിശീലനത്തിന്റെ നാലാം മാസം തന്റെ ചന്തി തന്റേതാണെന്ന് ദേവസ്യാ ചെറുക്കാടനേയും ബോദ്ധ്യപ്പെടുത്തി, അമ്മയുടെ ഉപദേശം മകൾ അതേപടി പാലിച്ചു.

പൊതുവേ പതിഞ്ഞതായിരുന്ന അയ്യപ്പൻ കുട്ടിയുടെ മൂക്ക് കൂടുതൽ പതിഞ്ഞു പോയി. മുഖമാകെ ചോര പുരണ്ട അയ്യപ്പൻ കുട്ടിയെ

ആശുപത്രിയിലാക്കുന്നതിനും മുമ്പുതന്നെ അവൾ സ്കൂളിൽനിന്ന് പുറത്തായി. എങ്കിലും അന്നാദ്യമായി വലിയ പള്ളിക്കു മുമ്പിലൂടെ സൈക്കിൾ ചവിട്ടിതാഴേക്കിറങ്ങുമ്പോൾ പിന്നിൽ കൂക്കുവിളി ഉയർന്നില്ല. ഇരുകൈകളും ഹാൻഡിലിൽനിന്നും മാറ്റി തന്റെ സഞ്ചാര രീതി ഭൂഗുരുത്വത്തിന് വിട്ടു കൊടുത്തുകൊണ്ട് ബ്യൂഗിൾ മുഴക്കി അവൾ താഴേക്ക് ഇറങ്ങി, ഭാരമൊഴിഞ്ഞ ഒരു തൂവലിന്റെ ലാഘവത്തോടെ. പിന്നെ വലിയ പള്ളിക്കു മുന്നിലെ ചെമ്മൺ വഴി കയറി അവളുടെ സൈക്കിൾ സ്കൂളിലേക്ക് പോയില്ല. അവളും അമ്മയോടൊപ്പം മകളും മയിലാടും പാറയിലെ ഉറച്ച മണ്ണിനു മീതെ ട്രാക്ടർ ഓടിച്ചു. പച്ചമണ്ണിന്റെ രുചിയും ഗന്ധവുമറിഞ്ഞ് വിതയ്ക്കാൻ പഠിച്ചു. വളർച്ചനോക്കി ചെടികൾക്ക് വളവും മരുന്നുംനീരും കൊടുത്തു. രാമൻ നായരോടൊപ്പം അവൾ തോട്ടു വെള്ളത്തിൽ കുളിക്കാനിറങ്ങി. ഈരിഴ തോർത്തിൽ കുടുങ്ങിപ്പോയ മാനത്തു കണ്ണികളെക്കണ്ട് വിസ്മയിച്ചു. പുഴയുടെ ആഴങ്ങളിലേക്ക് മുങ്ങാംകുഴിയിട്ടു. ആറ്റ കൊക്കിനോടും പുള്ളുകളോടും കിന്നാരം പറഞ്ഞു. ചാത്തച്ചാർ പൊഴിച്ചിട്ട ആഞ്ഞിലിച്ചക്കയും മാമ്പഴങ്ങളും ഈമ്പിക്കുടിച്ചു." ചാത്തച്ചാർ സാവിത്രിക്കുഞ്ഞമ്മയുടെ കാലത്തേ തെക്കേ പാടത്തെ ആസ്ഥാന മരകയറ്റക്കാരനായിരുന്നു. വല്ലാത്ത മെയ്‌വഴക്കത്തോടെ മരങ്ങളിൽ നിന്നും മരങ്ങളിലേക്ക് ഒരു അഭ്യാസിയെപ്പോലെ ചാടി മറിയുന്ന ചാത്തച്ചാർ അവൾക്ക് വിസ്മയമായിരുന്നു. മാമ്പഴവും ആഞ്ഞിലിച്ചക്കയും കടിച്ചീമ്പി ചിലപ്പോഴൊക്കെ അയാൾ അവളെ കൊതിയാട്ടി... വലിയ പുളിമരത്തിന്റെ കൊമ്പുകളിൽ കാലുറപ്പിച്ചുകൊണ്ട് അയാൾ ചോദിക്കും. കഞ്ഞമ്മാട്ടി ഇപ്പോ ചാത്തച്ചാര് എന്താ കാണാന്നറിയ്യോ. "ഈഹും" "ഇപ്പോ കിഴേടത്തുമ്മടെ ഗോപുരം കാണാം" വെയ്ല്ലങ്ങനെ വെട്ടിത്തിളങ്ങണ്."

"ഇപ്പോ..." "കിഴേടത്തമ്മേടെ കൊളം..."

"ഇപ്പോ..."

"ഇപ്പോ... കൊടിമരം..."

"ഇപ്പോ..."

"മയിലാടും പാറ മുഴുവനും." "രാവുണ്ണീടെ സൈക്കിൾ ഷോപ്പ്....? ന്റെ സ്കൂള്....?"

"ഉം.... വലിയ പള്ളീന്റെ കുരിശും... കുഞ്ഞിന്റെ പള്ളിക്കൊടോം രാവുണ്ണിച്ചന്റെ സൈക്കിൾ ഷാപ്പും ഒക്കെ കാണാം..." മരങ്ങളിൽനിന്നും മരങ്ങളിലേക്ക് മാറുമ്പോഴും ഉയരങ്ങളിൽനിന്നും ഉയരങ്ങളിലേക്ക് ചാടി മറിയുമ്പോഴും അയാളുടെ കാഴ്ചകൾ വേറെ വേറെ ആയിരുന്നു. ചാത്തച്ചാരുടെ ആകാശക്കാഴ്ചകൾ മകളെ ഭ്രമിപ്പിച്ചു. "എന്നെം മരം കേറ്റം പഠിപ്പിക്കുവോ....." അപ്പോഴേക്കും ചാത്തച്ചാർ പുളിമരത്തീന്ന് അപ്രത്യക്ഷനായിരുന്നു. അടുത്തുനിന്ന മാവിന്റെയും ആഞ്ഞിലിയുടെയും ചില്ലകൾ ഉലഞ്ഞു.

അന്ന് സന്ധ്യക്ക് നാമജപത്തിനുശേഷം അമ്മയുടെ മടിയിൽ തല

വെച്ച് ഉമ്മറത്ത് കിടക്കവേ മകൾ ചോദിച്ചു: “മ്മാ” “ഉം ന്താ നക്കും ചാത്തച്ചാരെപ്പോലെ മരം കേറാമ്പ റ്റോ....?” “പിന്നെന്താ...” രാമൻ നായർ വാ പൊത്തിച്ചിരിച്ചു.

“ഒും മൂടും മൊലൊക്കെ വച്ചോണ്ട് നന്നായിരിക്കും.. ഒരഞ്ഞ് പോവും” അമ്മ രാമൻ നായരെ കൂർത്ത ഒരു നോട്ടം നോക്കി... “കൊച്ചിന്റെ പടിത്തമേ തൊലച്ച്....”അയാൾ പിറുപിറുത്തുകൊണ്ട് എണീറ്റു. ഏറെ നേരത്തേക്ക് അമ്മ നിശ്ശബ്ദയായി.

“ന്ന പടിപ്പിക്കുവോ അമ്മാ.”

“ഉം...”

മകളെ മരങ്കേറ്റം പഠിപ്പിക്കണമെന്ന അമ്പാട്ടിക്കുഞ്ഞമ്മയുടെ ആവശ്യം ചാത്തച്ചാരും ചിരിച്ചു തള്ളി.

മരത്തലപ്പുകളിൽനിന്ന് മരത്തലപ്പുകളിലേക്ക് ചാത്തച്ചാർ വാനരനെപ്പോലെ ചാടി മറിഞ്ഞുകൊണ്ടേയിരുന്നു.

‘മരച്ചില്ലകളിലിരിക്കുമ്പം നമ്മള് തൈവങ്ങളെ പ്പോലെ... മാനത്ത് ര്ന്ന് പൂമിയെ നോക്കുമ്പോലെ.... ഹൊ.’

അയാൾ സ്വയം ആസ്വദിച്ചു. “കുഞ്ഞമ്മാട്ടി കീഴെക്കാവ് ലെ പോതി നീരാട്ണ കണ്ട് ട്ട്ണ്ടാ...””

“ഊം ഹു”

‘‘ഞാങ്കിട്ടുണ്ട് വെള്ളിയാഴ്ചകളിൽ ഉച്ചയ്ക്ക് 12 മണിക്ക് പോതിക്കൊളത്തിൽ..... മുടിയഴ്ന വിതർത്തിയിട്ട്.....കൊളത്തോളം വിസ്താരത്തിൽ അത് പടരും....... പച്ചമഞ്ഞള് തേച്ച് പിടിച്ച് നീന്തി ത്തുടിച്ച്.... ഒരു ഒന്നൊന്നര നാഴിക നേരം കൊളത്തില വെള്ളം പൊന്നാകും... ദേണ്ടേ, ദാ കണ്ടാ ആ അയണീര സുഞ്ചത്തിരുന്നാ കാണാം...ദേണ്ട ആ പുളിമരം കണ്ടാ... വയ്യൂട്ട് അതന്റെ സുഞ്ച്ല്ര്ക്കണം. വേട്ടൻ പാറേല് മയില്കള് പീലി വിതർത്ത് നിക്കണ കാണാ.”

ചാത്തച്ചാരുടെ വർണ്ണനകൾക്ക് ചന്തമേറി വന്നു. മകളുടെ പൂതിയും. രാത്രി അത്താഴമുണ്ണാതെ, ഉറക്കമില്ലാതെ മകൾ ശാഠ്യം പിടിച്ചു.. “അമ്മാനിക്ക് ആ പുളിമരത്തിന്റെ മോളിക്കേറണം” അമ്മ പിറ്റേന്ന് കർക്കശക്കാരിയായി. ‘‘ചാത്തച്ചാരേ അവളെ ആ പുളിമരത്തിൽ കേറ്റണം.” ചാത്തച്ചാര് തമാശമട്ടിൽ ചിരിച്ചു: “എന്താ കുഞ്ഞമ്മാട്ടി... മരങ്കേറ്റംകളീന്നാ...ങ്കറിയാമോ. അതൊരു നിഷ്ടയാ... ഓരോ കാല്ടത്ത് വയ്ക്കുമ്പം ഒര് ആന്ത് ലാ.. പെര് വിരലീന്ന് കേറി കേറി ഉച്ചി വരേത്തണ ഒരു തെളപ്പ്.ഓരോ കമ്പ് ചവ്ട്ടി കേറമ്പോഴും വേറര് ലോകത്തേക്ക് പോണ പോല... കീഴേക്ക് നോക്കമ്പാട്ല്ല.., തളർച്ചയാ,., കണ്ണും മനോം ഒരുമിച്ച്... അണൂട തെറ്റ്യാ തീർന്ന്, കുഞ്ഞമ്മാട്ടിക്ക് താങ്ങൂല...”

“അവള് താങ്ങും..... ചാത്തച്ചാരേ.” “ഇല്ല. കുഞ്ഞമ്മാട്ടി.... താഴെ ക്കെടന്നള്ള പൂമീന്റെ വിളിയൊണ്ട്. അതനെ നെക്ഷേതിച്ച് വേണം പോവാൻ അത് താങ്ങാൻ ഒര് പെണ്ണ്ന് പറ്റൂല...” “അവളെ ഞാവളത്തിയത് ആങ്കുട്ടായ്ട്ടാ..”

"പെണ്ണ് പെണ്ണന്നെ... കുഞ്ഞമ്മാട്ടിയേ"

''പെണ്ണ് ങ്ങള് എവറസ്റ്റ് വരെ കേറീര്ക്ക്ണ് ചാത്തച്ചാര് അറിഞ്ഞില്ലാന്ന്ണ്ടാ"

അംബാട്ടിക്കുഞ്ഞമ്മ വീറോടെ വാദിച്ചു.

"ന്റെ കുഞ്ഞമ്മാട്ടി ങ്ളന്നാ കെണറ്റില്ക് എറങ്ങീ അത് പറ്റോ..." "വേണം ന്ന്ച്ചാ എറങ്ങും"

"അതും വേറ് ലോകത്തേക്ക് ള്ള പോക്കാ..."

"താഴേക്ക് പോംതോറും പൂമിങ് ന അയിന്റെ ചങ്ക്ലോട്ട് ചേർക്കാൻ വെമ്പും. ശ്വാസം കിട്ടാണ്ടാവും. ഉടലു വേവണ ചൂടാവും.. വേറെക്ക ശത്തങ്ങളാ.. ചുറ്റും ഒറവേള്ള കെണറാണ്ങ്കലേ കടലെരമ്പും...'' ചാത്തച്ചാർ കയറ്റിറക്കങ്ങളുടെ പുരുഷ കാമനകൾ ചുറ്റുപിണയുന്ന തന്റെ ലോകത്തെ അങ്ങേയറ്റം അഭിമാനത്തോടെ അവതരിപ്പിച്ചു. "ചാത്തച്ചാര്ക്ക് പ്പം പറ്റോ പറ്റില്ലേ."

ചാത്തച്ചാർ ഒന്നും മിണ്ടാതെ പുളിമരച്ചോട്ടിൽ കുത്തിയിരുന്നു. മടിക്കുത്തീന്ന് ഒരു ബീഡിയെടുത്തു. ആഞ്ഞുവലിച്ചു. പിന്നെ അതിനെ കുത്തിയണച്ച് മടിയിൽ തിരുകി. നിമിഷങ്ങൾക്കുശേഷം പിന്നെയും വലിച്ചെട്ത്ത് കത്തിച്ചു ആഞ്ഞു വലിച്ചു.. കുറ്റി വലിച്ചെറിഞ്ഞു. പുളിമരത്തിന്റെ മുകളറ്റത്തേക്ക് കണ്ണുകൾ പായിച്ചു.

"വരാ കുഞ്ഞമ്മാട്ടി.."

പുളിമരത്തിന്റെ ഭൂമിയിലേക്കു നീണ്ട ചില്ലയിലേക്ക് അയാൾ കാലുവച്ചു. കൈ നീട്ടി..... "വരാ കുഞ്ഞമ്മാട്ടി...." അവളുടെ വിരലുകളിൽ അയാൾ ബലമായി പിടിച്ചു. ചാത്തച്ചാരുടെ വിരലുകൾ മൃദുവായിരുന്നില്ല.... പരുപരുത്തത്.. കരുത്തോടെ അവളെ മുകളിലേക്ക് വലിച്ചു.. കാലങ്ങളായി ഒരു പെണ്ണിന്റെ കാൽ സ്പർശമേല്ക്കാൻ കാത്തുനിന്ന പോലെ പുളിമരത്തിന്റെ ചില്ലകൾ വിടർന്നു.. ചാത്തച്ചാരുടെ വിരലുകളെക്കാൾ പരുക്കനായിരുന്നു മരത്തിന്റെ പുറംതോട് കാലും നെഞ്ചുംഉരഞ്ഞ് ചോര പൊടിഞ്ഞു. എന്നിട്ടും വേദനിച്ചില്ല. ആകാശത്തിന്റെ വിളി... വേട്ടൻ പാറയുടെ പരപ്പിൽ സായാഹ്നത്തിൽ പീലി നിവർത്തിയാടുന്ന മയിലുകൾ...., നട്ടുച്ചയിൽ സ്വർണ്ണ വർണ്ണമാകുന്ന കീഴേടത്തമ്മേടെ കുളം.... അവൾ കയറ്റങ്ങളിൽ ഉത്തേജിതയായി. തളർച്ച തോന്നിയതേയില്ല. ഓരോ കയറ്റത്തിലും ചാത്തച്ചാരും കൂടുതൽ ഊർജ്ജസ്വലനായി. അവളുടെ മേലുള്ള അയാളുടെ പിടിക്ക് കരുത്ത് ഏറി വന്നു.. ഓരോ കാല്വെയ്പിലും ചില്ലകൾ ഒന്നൊന്നായി വിടർന്നു വിടർന്നു വന്നു.. മകൾ ആകാശത്തിലേക്കെന്നപോലെ ഉയർന്നുയർന്നു പോകുന്നത് നോക്കി നില്ക്കേ അമ്മയ്ക്ക് ഭയം തോന്നി...

"മോളേ..."

രാമൻ നായർ അരുതെന്ന് വാപൊത്തിക്കാണിച്ചു.. അംബാട്ടിക്കുഞ്ഞമ്മ പിന്നെ മിണ്ടിയില്ല ശബ്ദങ്ങളെ വായ്ക്കുള്ളിൽ തളച്ചു വച്ച് മകളുടെ ആരോഹണങ്ങളിൽ കണ്ണയച്ചു നിന്നു. ചാത്തച്ചാർ ഉയർന്നു

യർന്നു പോയി. മരക്കൊമ്പുകൾ ചവിട്ടി അവളും.. ആകാശത്തേക്കുയർന്നചില്ലകളിലൊന്നിൽ അവളിരുന്നു. സമാന്തരമായ മറ്റൊരു ചില്ലയിൽ ചാത്തച്ചാരും.

"കുഞ്ഞമ്മാട്ടി തളർന്നോ....?"

അവൾ ചിരിച്ചു. പിന്നെ താഴേക്കു നോക്കി. രാമൻ നായർക്കൊപ്പം ശ്വാസമടക്കിപ്പിടിച്ച് അമ്മ നില്ക്കുന്നു. അമ്മ ചെറുതായിരിക്കുന്നു.

"മകളേ താഴെ വാ..., മതി കേറിയത്..." അമ്മയുടെ ശബ്ദം മകളെ തൊട്ടില്ല. അവൾ ഇലച്ചാർത്തുകൾക്കിടയിലൂടെ ചുറ്റും നോക്കി... പച്ചയുടെ ഒരു കടലിലാണ് താനും ചാത്തച്ചാരുമെന്നു തോന്നി... പിന്നൊരു ചില്ല കൂടി. അയാൾ അവളെ വിരലിൽ കോർത്തെടുത്ത് ഏറ്റവും മുകളിലുള്ള കൊമ്പിലേക്ക് ചാടി..,, ചുറ്റും ആകാശത്തിന്റെ പരപ്പ് മാത്രം...

"എവിടെ... കിഴേടത്തമ്മേടെ കുളം....?

മയിലുകൾ പീലി നിവർത്തിയാടുന്ന വേട്ടൻ പാറ..."

ചില്ലകൾ നീട്ടിയ ഹരിതപത്രങ്ങളിൽ അപൂർണ്ണമായ അമ്മക്കാഴ്ചകൾ.... പച്ചയുടെ കടലിൽ തോണിയിറക്കി തുഴയുന്നവരാണ് താനും ചാത്തച്ചാരുമെന്നു തോന്നി.

അമ്മയും രാമൻ നായരും ആ കടലിന്റെ ആഴത്തിലേക്ക് എപ്പോഴെ വീണുപോയിരുന്നു.. അവൾ ചാത്തച്ചാരെ നോക്കി. അയാൾ നിഷ്കളങ്കതയോടെ ചിരിച്ചു.... അയാൾ പരുപരുത്തകൈകളിൽനിന്നും അവളുടെ വിരലുകൾ വിടർത്തിമാറ്റി.... പിന്നെ അവളിരുന്ന ചില്ലയിൽനിന്നും തലകീഴായി താഴേക്ക് ഞാന്നു കിടന്നു. അഭ്യാസിയെപ്പോലെ കൈകൾ തലയ്ക്ക് മുകളിലേക്ക് കൂപ്പി കാലുകൾ പിണച്ചു വച്ചു പെരുമ്പാമ്പിനെപ്പോലെ തീരെ മുറുക്കമില്ലാതെ ആടി.. പിന്നെ അവളിരുന്ന ചില്ലയിലേക്ക് പിണഞ്ഞു കയറി. അവൾക്ക് ശ്വാസം മുട്ടി.........

കളഞ്ഞുപോയവൾ

മൂന്നു ദിവസമായി തുടരുന്ന ചർച്ച.... ഒടുവിൽ വിജയത്തിലേക്ക്. അയാൾ അഭിമാനത്തോടെ എം ഡിയെ നോക്കി. അറബി നാട്ടിൽ നിന്നെത്തിയവരെ ബോദ്ധ്യപ്പെടുത്താൻ പ്രയാസമായിരുന്നു. കൺസേണിലെ ഓരോ വ്യവസ്ഥയിലും സംശയം. സൂചികുത്താൻ ഇടം കൊടുത്ത ഒട്ടകത്തിന്റെ വഞ്ചന, അറബി വ്യാപാരത്തിന്റെ ജനിതകവഴികളിലെവിടെയോ അവിശ്വാസത്തിന്റെ ചുറ്റു ഗോവണികളായി പടർന്നു കിടന്നിരുന്നു. ആ വഞ്ചന പിൻതലമുറക്കാരെ മുഴുവൻ സംശയാലുക്കളാക്കാൻ തക്കവണ്ണം ആഴമുള്ളതാണെന്ന് ഈ മൂന്നു ദിവസങ്ങൾ അയാളെ ബോദ്ധ്യപ്പെടുത്തിയിരുന്നു. മദ്ധ്യേന്ത്യയിലെയും ഉത്തരേന്ത്യയിലെയും എണ്ണപ്പെട്ട കമ്പനികളെ പിന്തള്ളി സാൽവേ ആന്റ് കംപാനിയൻ എന്ന പേരിൽ മാത്രം ഉത്തരേന്ത്യൻ ചുവയുള്ള കമ്പനി ആ കരാറിൽ ഒപ്പു വയ്ക്കുമ്പോൾ എംഡിയും സി ഇ ഒയും അയാളെ അഭിനന്ദനങ്ങൾ കൊണ്ടു പൊതിഞ്ഞു. വിജയം അയാളുടേതുമാത്രമാണ് എന്ന് ആവർത്തിച്ചു മറ്റു കമ്പനികളിലെ പുതിയ കുട്ടികൾ ആരാധനയോടെ അയാളെ നോക്കി. കോർപ്പറേറ്റ് ബിസിനസുകളുടെ വളർച്ചയ്ക്ക് പെണ്ണുടലുകൾ എപ്രകാരമാണ് ഉൽപ്രേരകമാവുന്നത് എന്നതിനെ സംബന്ധിച്ച് ഒരദ്ധ്യായം കൂടി ബിസിനസ് മാനേജ്മെന്റ് പഠനത്തിൽ ഉൾപ്പെടുത്തേണ്ടതാണെന്ന് അയാൾ ചിരിച്ചുകൊണ്ട് എം ഡിയോടും സി ഇ ഒയോടും പറഞ്ഞു. ആ ചിരിയിൽ പങ്കു ചേർന്നുകൊണ്ട് എംഡി അയാളുടെ ചുമലിൽ മൃദുവായി തട്ടി.

ചർച്ചയ്ക്കിടയിൽ വിമലയുടെ കോളുകൾ പലവട്ടം അയാളെ തിരഞ്ഞെത്തിയെങ്കിലും അയാൾ അത് സ്വീകരിച്ചില്ല. അവളുടെ കോളുകൾ പിന്നെയും പിന്നെയും അയാളെ അലോസരപ്പെടുത്തി...

ഒടുവിൽ അവളെ ബ്ലോക്ക് ലിസ്റ്റിൽപ്പെടുത്തി അയാൾ ഔദ്യോഗികമായി തനിക്ക് വന്നു ചേരാവുന്ന ഒരു വലിയ നേട്ടത്തെപ്പറ്റി മാത്രം ഓർത്തുകൊണ്ട് ചർച്ചയിലേക്ക് കടന്നു.

ഹോട്ടലിലേക്കുള്ള മടക്കയാത്രയിൽ അനുതാപത്തോടെ അയാൾ അവളെ വിളിക്കാൻ ആരംഭിച്ചുവെങ്കിലും ആ അനുതാപം അവൾ സ്വീകരിക്കാൻ തയ്യാറായില്ല. അയാൾ ഉധാസിന്റെ ഒരു ഗസലിന് താളം പിടിച്ചുകൊണ്ട് കാറിന്റെ പിൻസീറ്റിലേക്ക് തലചായ്ച്ചു. മൂന്നു ദിവസത്തെ സമ്മർദ്ദം അയാളെ തളർത്തിയിരുന്നു. ചൂടുള്ള ഒരു കോഫിക്ക് റിസപ്ഷനിൽ വിളിച്ച് ഓഡർ കൊടുത്തിട്ട് കിടക്കയിൽ മലർന്നുകിടന്ന് ഉടുപ്പിന്റെ കുടുക്കുകൾ ഊരാൻ തുടങ്ങുമ്പോൾ വിമലയുടെ കാൾ.. പതിവു ചോദ്യം.. പതിവ് ഉത്തരം തിരക്കായിരുന്നു.... മീറ്റിങ് കഴിഞ്ഞതേ ഉള്ളൂ.. പുറത്തിറങ്ങാനേ ആയില്ല..... മറ്റെന്തെങ്കിലും, അയാൾ കഴിച്ച ആഹാരത്തെപ്പറ്റി താമസത്തെപ്പറ്റി, പുതിയ പ്രോജക്റ്റിനെപ്പറ്റി അവൾ തിരക്കുമെന്ന് അയാൾ പ്രതീക്ഷിച്ചു, അങ്ങനെയുള്ള അന്വേഷണങ്ങൾ അവൾ മറന്നു പോയിരിക്കുന്നു എന്നയാൾക്ക് നിശ്ചയമായിരുന്നെങ്കിൽ കൂടിയും. മറുതലയ്ക്കലെ നിശ്ശബ്ദത ഒരു നീണ്ട നെടുവീർപ്പിലവസാനിച്ചു. അത് ഒരു ചുഴലിപോലെ അയാളെ ചുഴറ്റിയെടുത്ത്.... ഓർമ്മയുടെ ചുഴിയിലേക്ക് മുക്കിക്കളഞ്ഞു...

‘‘പൂരം കൊഴുക്കുകയാണ്. ഇത്തവണ തെക്കേക്കരക്കാർ മേൽക്കൈ നേടുമെന്നാ.....’’

“ഏയ്... കഴിഞ്ഞ തവണേം ഇങ്ങനെ തന്നെ കരുതി അവസാനം വടക്കേക്കർന്നെ കൊണ്ടോയില്ലേ..”

രാമേട്ടന്റ വാതുവയ്പ്പ് തുടരുകയാണ് താഴേക്കാവിൽനിന്ന് ചെറുപൂരങ്ങളും മേലേക്കാവിൽനിന്ന് വലിയ പൂരങ്ങളും ചെമ്മൺപാത കടന്ന് പാടവും മുറിച്ച് ഭഗവതിത്തറയിലേക്കിറങ്ങി ഭഗവതി തുള്ളിയുറഞ്ഞു. മദ്രാസിൽ നിന്ന് ചെറിയമ്മയും കുട്ടികളും കല്ക്കത്തേന്ന് സരേളട്ടത്തിയും കുട്ടികളും.. അങ്ങനെ...അങ്ങനെ വീടും മുറ്റവും നിറയെ സ്വന്തക്കാരും കുട്ടികളും... അവർക്കിടയിലായിരുന്നു അപുവും വിപുവും. വിമല ഇരട്ടപെറ്റെന്നു കേട്ടപ്പോൾ ഇത്രയും സാമ്യമുണ്ടാവുമെന്ന് കരുതിയില്ല. ഒരേ കണ്ണ് ഒരേ മൂക്ക് ഒരേ ശബ്ദം എല്ലാം ഒരുപോലെ..... കൂടെയുള്ളവരെ കുഴപ്പിച്ചു, രണ്ടാളും. വിപു ശങ്കരേട്ടനെ സങ്കരേട്ടൻ എന്നും അപു ജിപ്സി എന്ന വാക്ക് ജിസ്പിയെന്നും തെറ്റായി ഉച്ചരിച്ച് തങ്ങളുടെ വ്യത്യാസങ്ങൾ അടയാളപ്പെടുത്തി. വിമല എത്ര ശ്രമിച്ചിട്ടും രണ്ടാളെയും തിരുത്താനായില്ല. ഇങ്ങനെയുള്ള ചെറിയ പരീക്ഷണങ്ങളിലൂടെയായിരുന്നു കുടുംബത്തിലെ പലരും രണ്ടാളെയും തിരിച്ചറിഞ്ഞിരുന്നത്. അപുവിന്റെ ഇടത്തേ മാറിൽ ക്ളാവിന്റ നിറത്തിലുള്ള ഒരു രൂപാവട്ടം..... തിരിച്ചറിയാൻ ബാക്കി വച്ച മറ്റൊരടയാളമായി. ഒരു പെൺകുട്ടിയുടെ ഉടുപ്പിന് കീഴെയുള്ള ക്ളാവ് പിടിച്ച ആ വട്ടം തിരിച്ചറിവിന്റെ അടയാളമായി സ്വീകരിക്കാൻ അയാൾ പ്രയാസപ്പെട്ടു. കൊത്തങ്കല്ലു

കളിച്ചപ്പോൾ തെറിച്ചു വന്ന ഒരു കരിങ്കൽച്ചീള് അപുവിന്റെ താടിയിൽ തീർത്ത ഒരു മുറിവടയാളം ഒരുപരിധിവരെ തിരിച്ചറിവിന്റെ സമസ്യകളെ പൂരിപ്പിച്ചു.. പക്ഷേ, വിമലയ്ക്ക് അവരെ വേർതിരിക്കാൻ ക്ളാവു പിടിച്ച ശരീരവട്ടങ്ങളോ, മുറിവടയാളങ്ങളോ ആവശ്യമുണ്ടായിരുന്നില്ല.

ചെമ്മൺപാതയിലും പാടത്തിലും കിനിഞ്ഞിറങ്ങിയ ഇരുട്ടിന് മീതെ പൂരത്തിന്റെ തീപ്പൊരിച്ചന്തങ്ങൾ വിരിഞ്ഞു. കരിമരുന്നും ഭസ്മവും തീവെട്ടിയും മണത്ത രാത്രിയിലേക്ക് വർണ്ണക്കാഴ്ചകൾ പെയ്തിറങ്ങി. വാദ്യഘോഷത്തിനും തായമ്പകയ്ക്കും ഒപ്പം ചുവടുവച്ച് ജനം ഭഗവതിത്തറയെ വലംവച്ചു. വിമലയുടെ വിരലുകളിൽ വിപുവുണ്ടായിരുന്നു. എവിടെവച്ചാണ് അപു വിരൽ വിടുവിച്ച് തിരക്കിലേക്ക് ഇറങ്ങിപ്പോയത്? എത്ര ഓർത്തിട്ടും വിമലയ്ക്കത് ഓർക്കാനായില്ല. വിപുവിനെയും കൈയിൽ പിടിച്ച് തൊടിയിലും വഴിവക്കിലും ഭഗവതിത്തറയിലും അപുവിനെത്തിരഞ്ഞുവെങ്കിലും കണ്ടുകിട്ടിയില്ല. കാതടപ്പിച്ചുപോയ ഒരു വെടിയൊച്ചയ്ക്കൊടുവിൽ രാമേട്ടനാണതു പറഞ്ഞത്. വിമലയുടെ കരച്ചിലിനോളം ആഴം ആ വെടിയൊച്ചയ്ക്ക് ഉണ്ടായിരുന്നില്ലായെന്നു തോന്നി. സന്ധ്യക്ക് ചാമ്പ മരത്തിന്റെ ചില്ലയിലേക്ക് വലിഞ്ഞുകയറിയ അവളെ ശകാരിച്ച് താഴയിറക്കിയതാണ്. അന്നേരം കൂടെയുണ്ടായിരുന്ന കുട്ടികൾ അവളെ ജിസ്പീ... ജിസ്പീ എന്നു പറഞ്ഞ് കളിയാക്കുന്നതും മുഖം വീർപ്പിച്ച് വിപുവിനെ നോക്കി കൊഞ്ഞനം കാട്ടി വീടിനകത്തേക്ക് കയറി പോകുന്നതും കണ്ടതാണ്.

''നീയെന്തിനാ അവൾടെ വട്ടപ്പേരോക്കെ ഇവർക്ക് പറഞ്ഞു കൊടുത്തത്...'' വിമല അപുവിനോട് ശുണ്ഠിയെടുത്തു. പിന്നെ അവളെ അയാൾ കണ്ടിരുന്നില്ല. തെക്കേക്കരക്കാരുടെ കെട്ടുകാഴ്ചയ്ക്കൊപ്പം ചുവട് വച്ച് പോകുന്നത് കണ്ടവരുണ്ടത്രേ. ബലൂണുകാരനൊപ്പം നില്ക്കുന്നത് ചിലരെങ്കിലും കണ്ടു. രാത്രിമുഴുവനും കുണ്ടൻകുളത്തിലും പൊന്തകൾക്കിടയിലും പുഴക്കരയിലും ഞെക്കുവിളക്കുകളും തീവെട്ടികളും ചൂട്ടുകറ്റകളും മിന്നി. പിറ്റേന്നു കാലത്ത് പൂരങ്ങളൊഴിഞ്ഞ ഭഗവതിത്തറയിലെ പൂഴിമണലിൽ സ്വർണ്ണമുടിയും നീലക്കണ്ണുമുള്ള ഒരു പാവക്കുഞ്ഞ് മുഖം പൂഴ്ത്തിക്കിടന്നു.

"നെഞ്ചിലെ ആ മറുക്..... രാമനന്നേ പറഞ്ഞതാ..... ദോഷാവുന്ന്"

ചെറിയമ്മ പറഞ്ഞു.

''ഇടത് നെഞ്ചിൽ മറുകുള്ള പെങ്കുട്ട്യോൾക്ക് സന്ന്യാസ യോഗാണത്രേ....!''

സരളേട്ടത്തി ശരിവച്ചു.

ഉത്സവമല്ലേ നായാടികളും പരദേശക്കാരുണ്ടാവും.... പിച്ചക്കാർ സന്ന്യാസിമാർ..... നിഗമനങ്ങൾ നീണ്ടു. പുഴമുറിച്ച് വടക്കോട്ട് നടന്നാൽ റയിൽവേ സ്റ്റേഷനാണ്. തെക്കോട്ടും വടക്കോട്ടും ഓടുന്ന എത്രയെത്ര വണ്ടികൾ.... എത്രയെത്ര സ്റ്റേഷനുകൾ. വിമല ബോധരഹിതയായി

വീണു. അന്ന് നഷ്ടപ്പെട്ട ബോധം അവൾക്ക് പിന്നീടെപ്പോഴെങ്കിലും പൂർണ്ണമായും മടക്കിക്കിട്ടി എന്നയാൾ കരുതുന്നില്ല. കോയമ്പത്തൂരിലെയും രാജ പാളയത്തിലെയും തെരുവുകളിലും ചേരികളിലും അലഞ്ഞു. സന്ന്യാസയോഗത്തിന്റെ ദൃഷ്ടാന്തം തേടി രാമേട്ടനോടൊപ്പം ഋഷികേശിലും പ്രയാഗിലും കാശിയിലും അലഞ്ഞു. തഞ്ചാവൂരിലെ ഏടുകളിൽ പലജന്മങ്ങളിലായി ചിതറിക്കിടന്ന പുത്രീ വിയോഗത്തിന്റെ കണ്ണുനീര് ഈ ജന്മത്തിലേക്കും പടർന്നു. വിമല ഈ ജന്മത്തിലും കരച്ചിലവസാനിപ്പിച്ചില്ല.

വാതിലിൽ മുട്ട്. ഓർമ്മകൾ മുറിഞ്ഞുവീണു.. റൂംബോയ് ആണ്....ചൂടുള്ള കോഫി ഒറ്റവലിക്ക് കുടിച്ചു തീർത്തു. തലയുടെ ഭാരം ഒഴിഞ്ഞു. മൊബൈലിലേക്കു നോക്കി. മണി നാലുകഴിഞ്ഞിട്ടേയുള്ളൂ. ഇനിയും ഏറെ നേരമുണ്ട് മടക്കയാത്രയ്ക്ക്. ഒന്നു ചുറ്റിത്തിരിയാനുള്ള സമയമുണ്ട്. ഒരിക്കൽ വിമലയുടെ വിരൽ കോർത്ത് നടന്നവഴികളിലൂടെ വെറുതേ നടക്കാം. സാൽവേ ആന്റ് കംപാനിയന്റെ ഒരു വെറും ഗുമസ്തനായി ഈ നഗരത്തിലേക്കു വരുമ്പോൾ അവളുമുണ്ടായിരുന്നു, ഒപ്പം. അന്ന് വെളുത്ത് കൊലുന്നനെയിരുന്ന അവളെക്കാണാൻ പഞ്ചാബികളെപ്പോലെ ഉണ്ടായിരുന്നു. നഗരത്തിന് ചന്ദന ഗന്ധമായിരുന്നു. അവൾക്കും. അവളുടെ ശരീരത്തിന് ഇപ്പോൾ എന്ത് ഗന്ധമാണ്..... അയാൾക്ക് അതറിയാമായിരുന്നില്ല.

സീസൺ ആരംഭിച്ചിരുന്നില്ല. എന്നിട്ടും പാർക്കിങ് ഏര്യായിൽ വാഹനങ്ങൾ തിരക്ക് കൂട്ടി. വഴിവാണിഭക്കാരുടെ കോലാഹലങ്ങൾ വകവയ്ക്കാതെ അയാൾ നടന്നു. തടാകക്കരയിലെ പീച്ചുമരം ഇപ്പോഴും അവിടുണ്ട് നിറയെ പൂത്തുലഞ്ഞുതന്നെ. തടാകത്തിലേക്ക് ചാഞ്ഞുനിന്നിരുന്ന ആ മരത്തിൽ ചാരിയിരുന്നാണ് തടാകത്തിനുമപ്പുറത്തെ മാൻഗ്രൂവുകൾക്കിടയിൽ സൂര്യൻ ഒരു സിന്ദൂരപ്പൊട്ടായി വീണു വീണു പോകുന്നത് അയാളും വിമലയും കണ്ടത്. ആരെയും നോവിക്കാനിഷ്ടപ്പെടാത്ത ഗൂഢമായ ഒരു പ്രണയം പോലെ ഇരുട്ട് തടാകത്തിൽ മെല്ലെ മെല്ലെ അലിഞ്ഞിറങ്ങുന്നത് കണ്ടത്. ആ ഓർമ്മകളുടെ സ്നിഗ്ദ്ധതയിൽ സാൽവേ ആന്റ് കംപാനിയന്റെ ഒറ്റമുറി ക്വാർട്ടേഴ്സിൽ വിമല തളിർത്തു... പെരുത്തു.. ഒരു പൂമരമായി അയാൾക്കുമീതേ പൊഴിഞ്ഞു വീണു.

മാൻഗ്രൂവുകൾക്കിടയിൽ മാഞ്ഞുപോവുന്ന സിന്ദൂരപ്പൊട്ടിനെ പിന്നെയും പിന്നെയും ഒരുപാട് തവണ അയാൾ കണ്ടു. പക്ഷേ, വിമല കൂടെയില്ലായിരുന്നു. പകരം മറ്റാരൊക്കെയോ.. ചിലപ്പോൾ കമ്പനി സെക്രട്ടറി രാജലക്ഷ്മി, സ്റ്റെനോ ഊർമ്മിളാ മേനോൻ, രാമപ്പയുടെ ഭാര്യ വൈജയന്തി, പിന്നെ പേര് ഓർമ്മയില്ലാത്ത രാമപ്പയുടെ ഒരുപാട് സെയിൽസ് ഗേൾസ്....

പാർക്കിങ് ഗ്രൗണ്ടിന് എതിർവശത്തായിരുന്നു രാമപ്പയുടെ കട ചന്ദനത്തിരികളും തൈലവും സാൻഡൽ സോപ്പും വില്ക്കുന്ന ഒരു

ചെറിയ കടയായിരുന്നു അത്.

"രാമപ്പ ഇപ്പോ ബോധിസത്വൻമാരെയും ഗണപതിയെയും വില്ക്കാൻ തുടങ്ങിയോ......"കണ്ണാടി അലമാരയിൽ നിരന്നിരിക്കുന്ന ചന്ദന ബിംബങ്ങളെ നോക്കി അയാൾ പകുതി കളിയായും കാര്യമായും പറഞ്ഞു.

രാമപ്പ കുലുങ്ങിച്ചിരിച്ചു. പിന്നെ പറഞ്ഞു "കണപതിയും ബുത്തരും മാത്രല്ല..... അർദ്ധോക്തിയിൽ നിർത്തി." പിന്നെ തുടർന്നു. "ലക്ഷ്മീം സരസ്വതീം ഉണ്ട്....... ടൂറിസം ഡവലപ്പ് ആയാച്ച്.... നാങ്കളും..... അല്ല ങ്കിലും സോപ്പും ചന്ദനത്തിരിയും ആർക്കാണ് വേണ്ടിയിരുന്നത്..." ശരിയാണ്. സ്ത്രീ ശരീരമെന്ന കമ്മോഡിറ്റിയെപ്പറ്റി ബിസിനസ് അഡ്മിനിസ്ട്രേഷനിൽ ഒരദ്ധ്യായം എഴുതിച്ചേർക്കണം. അയാൾ മന്ദഹസിച്ചു.

"നീങ്ക എപ്പടി സാർ.....?"

അയാൾ ആ ചോദ്യം കേട്ടില്ല... വിദേശിയായ ഒരു ടൂറിസ്റ്റിനോട് വിലപേശുന്ന, ഒഴുക്കോടെ ഇംഗ്ലീഷ് സംസാരിക്കുന്ന, വെളുത്തു കൊലുന്നനെയുള്ള പെൺകുട്ടിയെത്തന്നെ ശ്രദ്ധിക്കുകയായിരുന്നു അയാൾ. രാമപ്പയുടെ കണ്ണുകൾ തിളങ്ങി.

"അതാണ് സുമിത്ര... ഇന്നലെ ഇവളും ഉണ്ടായിരുന്നു.. അറബിക്ക് ഇവളെ പെരുത്ത് ഇഷ്ടമായി.. വൈജയന്തി തഞ്ചാവൂര്ന്ന് കൊണ്ടുവന്നതാക്കും..." ചൂണ്ടു വിരലിനെ പെരുവിരലിനോട്ചേർത്തൊട്ടിച്ച് അയാളൊരാംഗ്യം കാട്ടി.

പിന്നെപ്പറഞ്ഞു;

"മിടുക്കി..ഉങ്കളുക്ക് പുടിച്ചിരിക്കാ...."

രാമപ്പ കണ്ണിറുക്കി. പിന്നെ ആ കുട്ടിയെ അരികിലേക്ക് വിളിച്ചു. അയാൾ ആ കുട്ടിയെത്തന്നെ നോക്കി നിന്നു.അവൾക്കും ചന്ദനത്തിരിയുടെ മണമായിരുന്നു, വിമലയെപ്പോലെ വൈജയന്തിയുടെ മറ്റനേകം സെയിൽസ് ഗേൾസിനെപ്പോലെ. "യു നോ മലയാളം...?"

"യാ... എല്ലാ ഭാഷയും വഴക്കം..നാങ്കൾ ജിസ്പികൾ താനേ..." അവൾ ചിരിച്ചു,

അയാൾ ഒന്നും മിണ്ടാതെ ചന്ദന ഗന്ധം കുടഞ്ഞെറിഞ്ഞ് പുറത്തേക്കിറങ്ങി.. രാമപ്പ പിന്നിൽനിന്നും വീണ്ടും എന്തൊക്കെയോ ചോദിച്ചു.

ഹോട്ടൽ മുറിയിലും ഇരുട്ടായിരുന്നു. ലൈറ്റ് പോലും ഇടാൻ മെനക്കെടാതെ അയാൾ കിടന്നു. എത്രനേരമങ്ങനെ കിടന്നെന്ന് നിശ്ചയമില്ലായിരുന്നു. മടക്കയാത്രയെക്കുറിച്ചു മറന്നിരുന്നു. റിസപ്ഷനിൽ നിന്നുമുള്ള കോളാണ് അയാളെ ഉണർത്തിയത്. ചാടിയെണീറ്റു വാർഡ് റോബിൽനിന്നും മുഷിഞ്ഞ ഉടുപ്പുകൾ പെട്ടിയിൽ വാരി നിറയ്ക്കുമ്പോൾ ഡോർബെൽ ശബ്ദിച്ചു. രാമപ്പ! അയാൾ കണ്ണിറുക്കി ചിരിച്ചു.. വലിയ എന്തോ കാര്യം ചെയ്തുതീർത്തുവെന്ന മട്ടിൽ പിന്നിലേക്കുമാറി... പകുതി ഇരുണ്ട കോറിഡോറിൽ നിന്നും അവൾ

മുറിയിലേക്കു കയറി. വിപുവാണെന്നേ തോന്നിയുള്ളൂ. പിന്നിൽ കതകടഞ്ഞു. അയാൾ പകപ്പോടെ ചോദിച്ചു:

"എന്താ....." അവൾ ഉത്തരം പറഞ്ഞില്ല. കിടക്കയിലിരുന്ന് ഉടുപ്പിന്റെ കുടുക്കുകൾ അഴിക്കാൻ തുടങ്ങി. ചന്ദനം മണത്തു. പൂരങ്ങളൊഴിഞ്ഞ ഭഗവതിത്തറയിലെ പൂഴിമണലിൽ മുഖം പൊത്തി ഒരു പാവക്കുഞ്ഞ് കിടന്നു. അതിന്റെ ഓട്ടുപാത്രത്തിന്റെ നിറമുള്ള ഉടലിൽ അയാൾ അരുമയോടെ തലോടി. അതിന്റെ താടി പിടിച്ചുയർത്തി. അത് വിസ്മയത്തോടെ അയാളെ നോക്കി. കീഴ്ത്താടിയിലെ മുറിവിന്റെ വെളുത്തതഴമ്പിലേക്ക് ചൂണ്ടു വിരലമർത്തി. "ഇത്." അവൾ തന്നെയും മറന്നുപോയ ആ അടയാളത്തെപ്പറ്റി എന്തോ പറയാൻ അവൾ വാ തുറന്നു. ജീവിതത്തിൽ നിന്നും കളഞ്ഞുപോയ ഒരു മുഖത്തിന്റെ വളർച്ചയുടെ ഓരോഘട്ടത്തെയും സങ്കല്പിച്ചുകൊണ്ട് അയാൾ അവളെ വെളിച്ചത്തിന് നേരെ തിരിച്ചു പിടിച്ചു.

പിന്നെ സന്ന്യാസ യോഗത്തിന്റെ ക്ളാവു പിടിച്ച ഒരു അടയാളത്തിനായി പരതി. നഖമുനയും ദന്തക്ഷതവുമേറ്റ് കരുവാളിച്ചുപോയ അവളുടെ മാറിൽ അങ്ങനെയൊരടയാളത്തെ തിരിച്ചറിയാനയാൾക്കായില്ല. അയാൾ അരുമയോടെ അവളുടെ മുഖത്തെ കൈക്കുമ്പിളിലേക്ക് കോരിയെടുത്തു. പിന്നെ മെല്ലെപ്പറഞ്ഞു. പറയൂ.... "കുട്ടി ജിപ്സി"

അവൾ പറഞ്ഞു "ജിസ്പീ....."

അല്ല "ജിപ്സി...." അയാൾ വീണ്ടും വീണ്ടും പറഞ്ഞുകൊണ്ടേയിരുന്നു. പക്ഷേ, അവൾക്കത് അങ്ങനെ ഉച്ചരിക്കാനായില്ല.

ഒറ്റമരങ്ങൾ

ആഞ്ഞിലിയുടെയും പ്ലാവിന്റെയും കറുത്ത നിഴലിൽ തണുത്തുറഞ്ഞുപോയ മൺകൂരയായിരുന്നു എസ്തപ്പാന്റേത്. വർഷങ്ങൾക്കു മുമ്പും അതങ്ങനെ തന്നെയായിരുന്നു. നെറ്റിയിൽ വെളുത്ത പൊട്ടുള്ള പൈക്കറുമ്പിയും പഞ്ഞിക്കെട്ടുപോലെയുള്ള ചെമ്പിപ്പൂച്ചയും ചത്തപ്പോഴാണ് മുമ്പ് അവൾ എസ്തപ്പാനെ തേടി വന്നത്.. അന്ന് എൽസ തൂത്തു വൃത്തിയാക്കിയിട്ട മണൽ മുറ്റത്ത് കാരക്കകൾക്കൊപ്പം വെയിൽ ചിത്രങ്ങളും ചിതറിക്കിടന്നിരുന്നു.

ടൈഗറും ചെമ്പിയും തമ്മിലുള്ള ഒരു വലിയ കടിപിടിക്കൊടുവിൽ ടൈഗറിന്റെ പല്ലുകൾ ചെമ്പിയുടെ കഴുത്തിൽ ആഴത്തിലുള്ള രണ്ട് വലിയ തുളകൾ തീർക്കുകയും ഒഴുകിപ്പരന്ന ചോരയിൽ, കുതിർന്ന ഒരു പഞ്ഞികെട്ടുപോലെ ചെമ്പി ചത്തു കിടക്കയും ചെയ്തിരുന്നു... ചെമ്പിയുടെ ചാവിനെപ്പറ്റി എസ്തപ്പാനോടും എൽസയോടും വിവരിക്കുമ്പോൾ അവൾ വിതുമ്പിപ്പോയിരുന്നു... എസ്തപ്പാൻ ഒന്നും മിണ്ടാതെ, എൽസയുടെ ഉപ്പുമാങ്ങാക്കലത്തിൽ നിന്നും കുറേ കാരയ്ക്കകളെടുത്ത് ഈറ്റില കുമ്പിളിൽ പൊതിഞ്ഞുവച്ച് നീട്ടി. വാങ്ങാൻ മടിച്ചപ്പോൾ ബീഡിപ്പുക കറുപ്പിച്ച പല്ലുകൾ മുഴുവൻ കാട്ടിച്ചിരിച്ചു.

"കൊച്ച് കഴിച്ചോ നല്ല രുചിണ്ട്..." അത്രേം പറഞ്ഞ് ചുവരിൽ കോർത്തിട്ടിരുന്ന മൺവെട്ടിയുമെടുത്ത് അയാൾ മുമ്പേ നടന്നു തുടങ്ങി... എസ്തപ്പാൻ പറഞ്ഞത് സത്യമായിരുന്നു അവൾ ആദ്യമായിട്ടായിരുന്നു കാരയ്ക്ക കഴിക്കുന്നത്. ഉപ്പും കമർപ്പും കാരവും പുളിയും ഒക്കെ ചേർന്ന പ്രത്യേക സ്വാദ്. അവളതാസ്വദിച്ചു കഴിച്ചു. അതും നുണഞ്ഞ് എസ്തപ്പാന് പിന്നാലെ നടക്കുമ്പോൾ കാരയ്ക്കകൾക്കുള്ള അവളുടെ ഉല്പത്തി ബന്ധങ്ങളെക്കുറിച്ച് അയാൾ വാചാലനായി:

''കൊച്ചിനറിയാവോ കൊച്ചിന്റെ തള്ളയ്ക്കും എൽസേന്റ കാരയ്ക്കവല്യപത്ത്യായിരുന്നു... കൊച്ചിനെ ഗർപ്പായിരുന്നപ്പോ അങ്ങ് മദിരാശീന്ന് വല്യങ്ങത്തക്ക് എഴുത്തയയ്ക്കുവാരുന്ന് എൽസേന്റ കാരക്ക തിന്നോണന്ന് പറഞ്ഞ്... ഇബ്ട്ന്ന് പോണ തീവണ്ടി ഡ്രൈവറേലാ കൊടുത്തയയ്ക്കുവാരുന്നത്... എത്ര പരണി കാരക്കയാ മദിരാശിക്ക് വണ്ടി കേറീത്....." തോട്ടത്തിൽ വീട്ടിന്റെ പ്രാർത്ഥനാമുറിയിൽ ചില്ലിട്ടു തൂക്കിയിരുന്ന കറുപ്പിലും വെളുപ്പിലുമുള്ള എണ്ണച്ചായ ചിത്രത്തിലെ ഒരു പുഞ്ചിരി പൊടുന്നനവേ കാരയ്ക്കയുടെ രുചിപോലെ അവളുടെ മനസ്സിൽ വന്നു നിറഞ്ഞു, ഒരു ബേബി പൗഡറിന്റെ മണം ആ മുറിയിൽ എപ്പോഴും മായാതെ നിന്നിരുന്നു. നിമിഷനേരത്തേക്കെങ്കിലും, അവളെക്കടന്നുപോയ കാറ്റ് ബേബി പൗഡർപോലെ മണത്തു. എസ്തപ്പാനും ഏതൊക്കെയോ ഓർമ്മകളിലായിരുന്നു. നീണ്ട ഒരു നിശ്വാസത്തോടെ ഓർമ്മകളിൽ നിന്നും വിടുതൽ തേടി ,അയാൾ കൂടുതൽ അലിവുള്ളവനായി.

''കുഞ്ഞ് ദെണ്ണപ്പെടണ്ടാ... ചെമ്പി പോട്ടെ ഞാങ്കൊണ്ടരാം വേറൊന്നിനെ..."

"നക്ക് ചെമ്പീനെ മതി... ഏത്തപ്പാ."

ഒരു നിമിഷം അയാൾ നിശ്ശബ്ദനായി. പിന്നെ പീലിക്കുന്നിലേക്ക് വിരൽ ചൂണ്ടി, ഈറിയ ചിരിയോടെ പറഞ്ഞു:

"കൊച്ചിന്റെ ചെമ്പീണ്ടല്ലാ അബട്ണ്ട്. കാണണോങ്കി അങ്ങോട്ട് ചെന്നാ മതി....... എത്തപ്പാങ്കൊണ്ടോവാം.., ദെണ്ണിക്കണ്ട"

മാത്തകത്തിന്റെ മരണാനന്തര ശാസ്ത്രത്തെപ്പറ്റി എസ്തപ്പാൻ വാചാലനാകാൻ തുടങ്ങി. മാത്തകത്ത് മരിക്കുന്നവർക്ക് സ്വർഗ്ഗവും നരകവും ഉണ്ടായിരുന്നില്ല. അവർ... അയണി പുഴ കടന്ന് ചെമ്പൻകുന്നു കയറി. പാപികൾ അയണിപ്പുഴയുടെ ചുഴികളിൽപ്പെട്ട് പാതാളത്തിലേക്ക് താണുപോയി. പുഴകടന്നവർ തങ്ങളുടെ പ്രിയപ്പെട്ടവരെകണ്ടുകൊണ്ട് പീലിക്കുന്നിന്റെ പച്ചപ്പിൽ മരണാനന്തര ജീവിതം നയിച്ചു. വിശ്വാസത്തിന്റെ പിൻതുടർച്ചക്കാരായ മാത്തകം സ്കൂളിലെ കുട്ടികൾ സ്കൂൾ മൈതാനത്ത് നിന്ന് കൈകൾ നീട്ടിപ്പിടിച്ച് പ്രിയപ്പെട്ടവരുടെ ആത്മാക്കളെ പീലിക്കുന്നിൽനിന്നും മടക്കി വിളിച്ചു. മടങ്ങി വരാത്ത ആത്മാവുകൾ അവരെ സങ്കടപ്പെടുത്തി. ദഹിച്ചും ദ്രവിച്ചും പോയ ശരീരങ്ങളിലേക്ക് മടങ്ങിവരാനുള്ള ആത്മാക്കളുടെ കഴിവുകേടിനെപ്പറ്റിപ്പറഞ്ഞ് നിർബ്ബന്ധബുദ്ധിക്കാരായ കുട്ടികളെ, മുതിർന്നവർ ആശ്വസിപ്പിക്കാൻ ശ്രമിച്ചു. കുട്ടികളാകട്ടെ മാത്തകം സ്കൂളിന്റെ വിശാലമായ മൈതാനത്തിൽ നിന്നുകൊണ്ട് തങ്ങളുടെ ശരീരങ്ങളെ പകരം വച്ച് പ്രിയമുള്ളവരെ മടക്കി വിളിച്ചുകൊണ്ടേയിരുന്നു..

ചെമ്പിയെ കുഴികുത്തി മൂടുമ്പോൾ എസ്തപ്പാൻ പിറുപിറുത്തു: "പാവം വയറ്റ്കണ്ണി പൂച്ചായിരുന്നു..."

പീലിക്കുന്നിൽ ചെമ്പി തനിച്ചല്ല..! അവൾക്കാക്കാശ്വാസം തോന്നി. അവളുടെ ഈ വരവിൽ എസ്തപ്പാന്റെ വീടിനു ചുറ്റും വെയിൽ മരിച്ചു

കിടന്നു. പൊഴിഞ്ഞു വീണ ഇലകൾ മണ്ണടരുകളോട് അലിഞ്ഞലിഞ്ഞ് ചേരുന്നതിന്റെ ജീർണ്ണഗന്ധം അവിടെ കനത്തുനിന്നു. ജീവനറ്റുപോയതിനുശേഷം കനത്തു കനത്തു വരുന്ന മൃതഗന്ധം അവളുടെ ഹൃദയത്തെ കൂടുതൽ കൂടുതൽ ഭാരമുള്ളതാക്കി. അവൾ തളർന്നു. അതിനെ കുഴിയെടുത്തു മൂടാൻ അവൾക്ക് എസ്തപ്പാനെ ആവശ്യമായിരുന്നു... അവൾ ഒച്ച ഉയർത്തി... ''എൽസേ.... എൽ സേ... ഏത്തപ്പാ ആരൂല്ലെ..''അവൾ അക്ഷമയായി....

"ആരാ.." പുരയ്ക്കകത്തുനിന്നും ശബ്ദത്തോടൊപ്പം ആ ചെറുപ്പക്കാരനും ഇറങ്ങി വന്നു.. അവൾക്ക് തീരെ പരിചിതനായിരുന്നില്ല, അയാൾ. ചീകിയൊതുക്കാതെ പാറിപ്പറന്ന മുടി... പുക ചുറ്റിയതെങ്കിലും കനൽക്കണ്ണുകൾ.. ചെറിയ താടി...

"ആരാ... അമ്മാമ്മമരിച്ചിട്ട് നാലഞ്ച് കൊല്ലങ്ങളായല്ലോ..."

''ഞാൻ എസ്തപ്പാനെ തേടിയാ വന്നത്'' അയാൾ ചിരിച്ചു. അതിനും മുമ്പേ കണ്ണുകളാണ് ചിരിച്ചു തുടങ്ങിയത്... "അപ്പാപ്പൻ മരിച്ചിട്ട് അഞ്ചെട്ടു വർഷമായി....എവിടുന്നാ..."

"..ഞാനൊന്നിരിക്കട്ടെ..." അയാളുടെ അനുവാദത്തിന് കാത്തിരിക്കാതെ അവൾ തളർച്ചയോടെ തിണ്ണയിലിരുന്നു.

"ഞാൻ തോട്ടത്തീന്നാ.."

തോട്ടത്തിന്ന് എന്നു പറേമ്പം സോണിയാണോ...?

"അതേ..."

അയാൾ തന്നെ ഓർത്തുവെന്നതിൽ അവൾക്ക് ആശ്ചര്യം തോന്നി..

"നീയല്ലേ കൊച്ചേ അന്ന് ആരാണ്ടേ കൂടെ പോയത്...? നിന്നെ അന്നഷിച്ച് നടന്നോര കൂട്ടത്തിൽ ഞാനുണ്ടായിരുന്നു...നീ ആരട കൂടാ പോയത്. ഞങ്ങളന്ന് എത്ര രാത്രി ഒറക്കൊഴിഞ്ഞെന്നറിയ്യോ...'' അവളുടെ മുഖം മങ്ങി. വർഷങ്ങളായി തീർക്കാൻ കാത്തുവച്ചിരുന്ന ഒരു അരിശം തീർക്കുന്ന മട്ടിൽ അയാൾ തല കുടഞ്ഞുകൊണ്ട് തിണ്ണയിലിരുന്നു.. പിന്നെയും പിറുപിറുത്തു: "അന്നെങ്ങാനും ഞങ്ങട കൈയിക്കിട്ടണാർന്ന്'' കുറേ പകലുകളും രാത്രികളും വൃഥാവിലാക്കിയതിന്റെ അമർഷം അയാൾ പല്ല് ഞെരിച്ചുകൊണ്ട് അമർത്തി.

അവൾ സങ്കടത്തോടെ അയാളെ നോക്കി. അയാൾ അടങ്ങി. പിന്നെ ചോദിച്ചു.

"അവർ രണ്ടോരും ചത്തു. എന്താ കാര്യം"

"എസ്തപ്പാൻ എങ്ങനെ മരിച്ചു..."

"വയസ്സായി മരിച്ചു.." അയാൾ ചിരിച്ചു കൊണ്ട് കൂട്ടിച്ചേർത്തു 90 വയസ്സിനുമപ്പുറം ഒരാൾ ജീവിക്കേണ്ടതില്ല കൊച്ചേ..."

എസ്തപ്പാന് അത്രേം പ്രായമുണ്ടാകുമോ...അവൾ ഓർമ്മകളോട് കൂട്ടു ചേർന്നു.

അപ്പൻ മരിച്ചതിന്റെ നാലാം നാളാണ്, എസ്തപ്പാനെ അവസാനം കണ്ടത്.. അന്ന് എസ്തപ്പാൻ അടുക്കളപ്പുറത്തു വന്നുനിന്ന്. പീള വച്ച

കണ്ണുകൾ കൊണ്ട് കണ്ടു. ആ കണ്ണുകളിലെ ഭാവം വായിച്ചെടുക്കാനായില്ല. ആ കാലത്ത് എന്നെ നോക്കുന്നവർക്കെല്ലാം ഒരേ ഭാവമായിരുന്നു. അപ്പനെ കൊലയ്ക്കു കൊടുത്തവൾക്കുള്ള നിന്ദ നിറഞ്ഞവ, അറിയപ്പെടാത്ത ഒരിടത്ത് ആരോടൊക്കയോ ഒപ്പം രാപാർത്ത ഒരു പെണ്ണിനോടുള്ള അവജ്ഞ. അതിനപ്പുറത്തുള്ള നോക്കുകൾ എനിക്കന്യമായിരുന്നു.

"സോണിക്കൊച്ചിനാ" ഈറ്റിലയിൽ പൊതിഞ്ഞ ഒരു പൊതി. പൊതിനീട്ടുമ്പോൾ എസ്തപ്പാന്റെ കൈകൾ വിറച്ചിരുന്നു. പൊതി നിവർത്തുമ്പോഴേക്കും പുഴുങ്ങി ഉപ്പിട്ട കാരയ്ക്കകളുടെ ഗന്ധം ശ്വാസത്തിലും രുചി ഉമിനീരിലും കലർന്നു... അവൾക്കു കരച്ചിൽ വന്നു.

"അപ്പൻ പോയി..." അവൾ വിതുമ്പി... അയാൾ ആശ്വസിപ്പിച്ചു. "സാരമില്ല... കഴിക്ക് ചെല്ലാ എൽസ തന്നയച്ചതാ"

അടുക്കളപ്പടിയിൽ അയാൾ അവളെത്തന്നെ നോക്കിയിരുന്നു. ഭ്രൂണാവസ്ഥയിലെ കാരയ്ക്കകളുടെ രുചി രക്തത്തിലേക്കിറങ്ങി ചെന്നതാണെന്ന ബോദ്ധ്യം അവളിൽ സ്ഥാപിക്കാനായി അമ്മയുടെ വ്യാക്കൂൺ കാലത്തെ കഥ പറഞ്ഞുതുടങ്ങുകയും തൊണ്ടയിൽ നിന്നും അസമയത്ത് കയറിവന്ന ചുമ അയാളുടെ കഥപറച്ചിലിനെ തടസ്സപ്പെടുത്തുകയും ചെയ്തു. മുഴുമിക്കാത്ത കഥയുമായി എണിക്കുമ്പോൾ ചുമയുടെ ആയാസം കൊണ്ടോ അവളോടുള്ള അനുതാപംകൊണ്ടോ അയാളുടെ കണ്ണുകൾ നിറഞ്ഞിരുന്നു. അയാൾ വീണ്ടും ചിരിക്കാൻ ശ്രമിച്ചു. അയാളുടെ ചിരിക്ക് പഴയ ഭംഗിയുണ്ടായിരുന്നില്ല. പല്ലുകൾ തീരെക്കുറവായിരുന്നു. ഉള്ളവയാകട്ടെ ഊറപിടിച്ച് കറുത്തുപോയതും പൊട്ടിയടർന്ന് വികൃതമായവയും ആയിരുന്നു. ഉപ്പു പിടിച്ച ഒരു കാര രുചി അപ്പന്റെ മരണമേല്പിച്ച സങ്കടങ്ങളെയുംകൊണ്ട് വയറ്റിലേക്ക് അമർന്നു. എസ്തപ്പാൻ ചുണ്ടുപിളർത്തി പീലിക്കുന്നിലേക്ക് വിരൽചൂണ്ടി പിന്നെയും എന്തോ പറയാൻ തുടങ്ങുകയും വീണ്ടും ചുമയോട് പൊരുതിത്തോല്ക്കുകയും ചെയ്തു. ചുമ മുറിച്ചിട്ട വാക്കുകളെയും ചുമന്ന് ഒരു പത്തലിൻമേൽ തന്റെ വക്രിച്ച ഉടലിനേയും താങ്ങി അയാൾ താഴേക്കിറങ്ങി. അയാളുടെ ചുമ അടുക്കളത്തിണ്ണയിൽ പിന്നെയും കുറേ നേരം കൂടി തങ്ങി. ശരിയാണ് എസ്തപ്പാന് മരിക്കാൻപ്രായമായി അവൾ ചെറുപ്പക്കാരനെ നോക്കി മന്ദഹസിച്ചു. അയാളാകട്ടെ പീലിക്കുന്നിനെ തന്നെ നോക്കിയിരിക്കുകയായിരുന്നു. അവൾക്കഭിമുഖമായി പീലിക്കുന്ന് തലയെടുപ്പോടെ നിന്നു.. വെയിൽ പച്ച പിടിച്ചും തണൽ നിലിച്ചും അടിവാരത്തിലേക്കിറങ്ങിപ്പോയി..."നോക്ക് നോക്ക്"... അവൾ വിരൽ ചൂണ്ടി. എന്തു ഭംഗിയാണ്. എവിടെ നിന്നോ വന്ന ഒരു ചാറ്റൽമഴ വെയിലിന്റെ പച്ചപ്പിലേക്കും നിഴലിന്റ നിലച്ഛവിയിലേക്കും സൂചിപോലെ ചിതറി വീണു. അയാളും കണ്ടു... ചന്തമുള്ള മഴ.....

ഓർമ്മകളെ കൂട്ടുപിടിച്ച് അവൾ പറഞ്ഞു തുടങ്ങി:

മാത്തകം സ്കൂളിന്റെ മൈതാനത്തിനും പീലിക്കുന്നിനുമിടയ്ക്ക്

മരങ്ങളുടെ തണുപ്പുണ്ടായിരുന്നില്ല. രണ്ടും ഒരേ നിരപ്പിൽ പരസ്പരാഭിമുഖമായി നിന്നു. അന്നും മഴപെയ്തിറങ്ങിയത് വെയിലിലേക്കായിരുന്നു. കുന്നിന്റെ കാണായ ഇടങ്ങളിലൊക്കെ ചെമ്പകം പൂത്തിരുന്നു. സ്കൂൾ വരാന്തയിലേക്ക് കാറ്റ് തട്ടിയെറിഞ്ഞിട്ട മഴയ്ക്കും ചെമ്പകത്തിന്റെ മണമായിരുന്നു. അങ്ങനെ സ്കൂൾ വരാന്തയിലും മഴപെയ്ത നേരത്താണ് അയാൾ അവളെ ആദ്യമായി ചുംബിച്ചത്. പീലിക്കുന്നിലെ മഴപോലെ കണ്ണിൽ ചുണ്ടിൽ... മുലകളിൽ.. നാഭിയിൽ അയാളും വീണു ചിതറി. മഴ... വെയിൽ... നീലയും പച്ചയും ഇടകലർന്ന താഴ്വാരം പൂത്തുലഞ്ഞ കാട്ടുവാകകൾ... ഏതൊരാണൊരുത്തൻ അങ്ങനെ ചെയ്യാൻ തുനിഞ്ഞാലും അവൾക്കങ്ങനെയേ ആവുമായിരുന്നുള്ളൂ. ഓർമ്മകളിൽ ആനന്ദിച്ചു, അവൾ. അവളുടെ തുറന്നു പറച്ചിൽ ചെറുപ്പക്കാരനെ ലജ്ജാലുവാക്കി. അത് മറയ്ക്കാൻ ശ്രമിച്ചുകൊണ്ട് അയാൾ കൗതുകത്തോടെ അവളെ കേട്ടു... 9 ബിയിലെ മാനസയ്ക്ക് പ്രണയലേഖനമെഴുതിയതിന് ശരത്ചന്ദ്രൻ എന്ന പതിനാലു വയസ്സുകാരനെ ഒരുദിവസം മുഴുവൻ ക്ളാസിനു വെളിയിൽ നിർത്തിയ ടീച്ചറിന്റെ ധാർമ്മികതയെ ഞാൻ ഓർത്തില്ല... ഞാൻ തെളിക്കുന്ന ശരിവഴികൾക്കായി മുന്നിലിരുന്ന വിസ്മയ നേത്രരായ മാത്തകം സ്കൂളിലെ മറ്റ് കുട്ടികളെ ഓർത്തില്ല, വിഭാര്യത സമ്മാനിച്ച ഏകാന്തതയെ മകളുടെ കളിചിരികളാൽ മാത്രം നിറച്ചുകൊണ്ടിരുന്ന ഒരപ്പനെക്കുറിച്ചുമോർത്തില്ല. ആരേയും ഓർത്തില്ല. ഒന്നിനേയും ഓർത്തില്ല.. മഴ മാത്രമായിരുന്നു... മഴ മാത്രം. സ്കൂൾ പൂട്ടലിന്റെയന്നും പീലിക്കുന്നിൽ അങ്ങനെ ഒരു മഴ പെയ്തു. അയാൾ ചോദിച്ചു:

"നിനക്ക് മഴ നനയണ്ടേ...,"

"ഉം..., വേണം..."

"വരൂ."

അയാൾ ചേർത്തു പിടിച്ചു. രണ്ടാളും ഒരേ മഴ നനഞ്ഞു... അടിവാരവും പട്ടണവും കടന്ന് മഴ നീണ്ടുപോയി.. തെരുവോരത്തെ ആ ചെറിയ വീട്ടിലും മഴയായിരുന്നു. മഴ ശമിച്ചില്ല.. നിർത്താതെ പെയ്തു. തൊണ്ണൂറ് രാവും തൊണ്ണൂറ് പകലും. മഴ പെയ്യാൻ വെമ്പി നിന്ന തൊണ്ണൂറ്റിയൊന്നാമത്തെ പകലിലാണ് ചാളുവ ഒലിച്ചുകൊണ്ടിരുന്ന ഒരാൺ കുട്ടിയെ ഒക്കത്തേറ്റി ആ സ്ത്രീ വന്നത്. ശോഷിച്ച വിരലുകളും വിളർത്ത മുഖവുമുള്ള പെൺകുട്ടിയെ അവർ ഉടലോട് ചേർത്തു പിടിച്ചിരുന്നു. അവളുടെ ഉടുപ്പുകൾ കരമ്പൻ പിടിച്ച് വൃത്തികേടായിരുന്നു... നഖമടർന്ന് വികൃതമായ വിരലുകൾ കൊണ്ട് ആ കുട്ടിയുടെ എണ്ണമയമില്ലാത്ത മുടിയിഴകളിൽ തലോടി അവർ നിന്നു.

മുഷിഞ്ഞ സാരി... കറുപ്പു പടർന്ന കൺതടങ്ങൾ... അയാളുടെ ഭാര്യയെന്ന് അവർ സ്വയം പരിചയപ്പെടുത്താതിരുന്നെങ്കിൽ ഊരു തെണ്ടാനിറങ്ങിയ നാടോടി സ്ത്രീയെന്നുകരുതി അഞ്ചിന്റെയോ പത്തിന്റെയോ തുട്ടുകളെറിഞ്ഞുകൊടുത്ത് ഞാനവരെ ഒഴിവാക്കിയേനെ. അയാളുടെ

ഭാര്യയാണെന്ന അവകാശ വാദം അവരുയർത്തിയതും ആ വീട്ടിലെ വെളിച്ചം കുറഞ്ഞ വൈദ്യുത വിളക്കുകളേയും അഴുക്കും കറയും പിടിച്ച ചുവരുകളെയും പഴക്കം കൊണ്ട് പശിമ നഷ്ടപ്പെട്ട കിടക്കകളെയും കുറിച്ച് ഞാനോർത്തു. ഈ സ്ത്രീയുടെ വിയർപ്പ് വീണ് മെഴുക്കുപിടിച്ച കിടക്കയിലാണല്ലോ ഞാനിത്രനാളുംഅയാളോടൊപ്പം ഉറങ്ങിയുണർന്നത് എന്നോർത്തപ്പോൾ എനിക്ക് ചർദ്ദിക്കണമെന്നുതോന്നി. ഒരു കുറ്റക്കാരനെപ്പോലെ അവർക്കുമുന്നിൽ അയാളുടെ തലതാണുപോയിരുന്നു. പക്ഷേ, എനിക്കുമുന്നിൽ അയാളുടെ തലകുനിഞ്ഞില്ല. ആത്മനിന്ദയോടെ അയാൾക്കു മുന്നിൽ പരാജിതയായി ഞാൻ നിന്നു.

ആ പെൺകുട്ടിയും അവരുടെ ഒക്കത്തിരുന്ന ആൺകുട്ടിയും വിസ്മയത്തോടെ എന്നെനോക്കി. ആ സ്ത്രീ ദൈന്യതയോടെയും. എന്റെ തല താണുപോയിരുന്നു. ചെല്ലപ്പൻഞ്ചാരിയുടെ മൂശയിൽ ഉരുകിത്തിളച്ച തനിത്തങ്കത്തിന്റ എട്ടു പൂണു വളകൾ, അപ്പൻ പണിയിച്ചു തന്നത്, അവർക്കു സമ്മാനിച്ച് ഞാൻ പുറപ്പെടാനിറങ്ങി.... കൂടെ കൊണ്ടുപോരാൻ 9–ാം ക്ലാസിലെ ചരിത്ര പാഠപുസ്തകവും ഒരു ചെറിയ ഹാൻഡ്ബാഗുമല്ലാതെ മറ്റൊന്നുമില്ലായിരുന്നു, എനിക്ക്. ഉപേക്ഷിക്കാനാണെങ്കിൽ ഏറെയും.. "പട്ടണത്തിലാക്കാം.." അയാൾ പറഞ്ഞു.

"വേണ്ട ഞാൻ പൊയ്ക്കൊള്ളാം..."

യാത്ര പറച്ചിലുണ്ടായില്ല. ഓട്ടോയ്ക്കായി കാത്തുനിന്ന നേരത്തിനിടയിൽ കുട്ടികൾ അയാളുടെ മേത്തേക്ക് ചാടിക്കയറുന്നതും താടിയിലും മുടിയിലും ഇക്കിളി കൂട്ടുന്നതും അയാൾ അവരെ തള്ളി മാറ്റാൻ ശ്രമിക്കുന്നതും 'അച്ഛാ അച്ഛാ'യെന്ന് വിളിച്ച് വീണ്ടും കളിതുടങ്ങുന്നതും അയാൾ ഉറക്കെ ഉറക്കെ ചിരിക്കുന്നതും എനിക്ക് കാണാമായിരുന്നു.

മഴ പെയ്ത് തോർന്നിരുന്ന ദിവസമാണ് മാത്തകത്ത് ഞാനെത്തിയത്. വഴിമരങ്ങൾ തോർന്നിരുന്നില്ല.. അവ കരയുകയാണെന്നുപോലും എനിക്ക് തോന്നി. മഴയൊലിച്ച് അവ്യക്തമായ ചരമ പോസ്റ്ററുകൾ തൂണുകളിലും മരങ്ങളിലും പതിഞ്ഞിരുന്നു. സ്കൂൾ ജങ്ഷനിൽ ഒരു ബഹു വർണ്ണഫ്ളക്സിൽ ആദരാഞ്ജലികളേറ്റുവാങ്ങി നിറഞ്ഞ ചിരിയോടെ ഇരിക്കുന്ന അപ്പനെ കാണുന്നതുവരേക്കും മഴയെടുത്തുപോയത് എന്റെ അപ്പന്റെ മുഖമായിരുന്നെന്ന് ഞാനറിഞ്ഞില്ല. അപ്പൻ എങ്ങനെ മരിച്ചു,? മറുപടി ഉണ്ടായില്ല....തോട്ടത്തിൽ വീട്ടിലും എന്റെ ചോദ്യം കേട്ടതായി ആരും ഭാവിച്ചില്ല. എന്റെ വരവ് ഇഷ്ടമാകാതെ പടിയിറങ്ങുമ്പോൾ സാറാമ്മച്ചി പല്ലുഞെരിച്ചു. ജയിംസും ജോണിയും കൊച്ചാപ്പനും വെറുപ്പോടെ മുഖം തിരിച്ചു. യാത്രപോലും പറയാൻ നില്ക്കാതെ വീടു വിട്ടു.

അപ്പൻ മരിച്ച് ഏഴാം നാളിലാണ് കാപ്പിരി മുത്തിയെ ആളയച്ച് വരുത്തിയത്:

"ഞാങ്കള് തന്നെ വേണേ ചെല്ലാ..."

"വേണം..." മുത്തി ഏങ്ങലടിച്ചു കരഞ്ഞു. എനിക്ക് കരച്ചിൽ വന്നില്ല.

കൊഴുത്ത പച്ചിലച്ചാർ മൺ കോപ്പയിൽ നിന്നും വായിലേക്ക് ചരിക്കുമ്പോൾ ഉള്ളിലുള്ളതെല്ലാം പുറത്തേക്ക് തികട്ടിവന്നു. മുത്തിയുടെ കറുത്ത വിരലുകൾ ചുണ്ടുകളെ കോട്ടിപ്പിടിച്ചു. അവർ തോർത്തിന്റെ കോന്തല കൊണ്ട് കണ്ണും മൂക്കും അമർത്തി തുടച്ചു. അന്നനാളവും ആമാശയവും കടന്ന് അത് അടി വയറ്റിലെത്തി അവിടം ഇളക്കി മറിച്ചു... അയാൾ ഇറ്റിച്ച പ്രണയത്തിന്റെ ചാറിന് മുത്തിയുടെ പച്ചിലച്ചാറിനോളം ശക്തിയുണ്ടായിരുന്നില്ല.. ഞാൻ എല്ലാ സമ്മർദ്ദത്തോടെയും എന്നെത്തന്നെ ചുരുക്കാൻ ആരംഭിച്ചു. മാംസവും പേശിയും മാത്രമുള്ള ഒരു ഗോളമായി ഞാൻ ചുരുങ്ങി. പിന്നെ ചുരുണ്ടു. അയാളുടെ പ്രണയം ഞാൻ നിലത്തേക്ക് തള്ളി വീഴ്ത്തി. ചോരയും മാംസക്കഷണങ്ങളുമായി അത് നിലത്ത് വീണ് ചിതറി. പിന്നെ ഞാൻ പെരുത്തു. നിവർന്നു നിവർന്ന് ഞാൻ നീണ്ടു. കൈയുകൾ വിടർത്തികാലുകൾ കവച്ച് വച്ച് ഞാൻ വെറും നിലത്തു കിടന്നു. പീലിക്കുന്നിന്റെ പച്ചപ്പിലേക്ക് മൂപ്പെത്താത്ത ഒരാത്മാവ് കൂടി ചെന്നെത്തി... എന്റെ അപ്പനും ചെമ്പിയും അവളുടെ മകളും ചേർന്ന് അതിനെ ആനയിച്ചു... പൂത്തുമ്പികളും ശലഭങ്ങളും അതിനെ സന്തോഷിപ്പിച്ചു. മരങ്ങളിൽ നിന്നും മരങ്ങളിലേക്ക് ചാടിക്കളിച്ച അണ്ണാറക്കണ്ണൻ മാമ്പഴങ്ങളും കാരയ്ക്കകളും പൊഴിച്ചിട്ടു.

ഞാൻ പ്രണയ നിരാസത്തിന്റെ ആനന്ദമൂർച്ഛയിലായിരുന്നു. അതിന്റെ അഞ്ചാം നാളാണ് ഈറ്റിലയിൽ പൊതിഞ്ഞെടുത്ത കാരയ്ക്കകളുമായി എസ്തപ്പാൻ എന്നെ തേടി വന്നത്....

എസ്തപ്പാന് എന്നെക്കാണാനുള്ള അനുവാദമുണ്ടായില്ല. അയാൾ ചുമയ്ക്കുന്നതിന്റെ ഒച്ച പുറത്തെവിടെയോ കേട്ടിരുന്നു.. കാരയ്ക്കകൾ ഇപ്പോൾ കഴിക്കേണ്ടതല്ലായെന്ന് കാപ്പിരി മുത്തി ചട്ടം പറഞ്ഞു. ഞാൻ ശാഠ്യം പിടിച്ചു. മുത്തി പൊതി വിടർത്തി. പുഴുങ്ങി ഉപ്പിട്ട കാരയ്ക്കകൾ കണ്ടപ്പോൾ പിന്നെയും ഞാൻ കരഞ്ഞു... മെഴുക്കുപുരണ്ട തലയിണകൾ... വേർപ്പ് മണക്കുന്ന കിടക്കകൾ.. തെളിച്ചം തീരെ കുറഞ്ഞ വൈദ്യുത വിളക്കുകൾ... മഴയൊഴുക്കിൽ മുഖമൊഴുകിപ്പോയ എന്റെ അപ്പൻ, സ്വയം വലിഞ്ഞുമുറുകി എന്റെ പൊക്കിൾക്കൊടിയിൽനിന്നും ഞാൻ തന്നെ പൊട്ടിച്ചെറിഞ്ഞ ജിവന്റെ ഒരു തന്ത്രി... ഞാൻ ഏങ്ങലടിച്ചു കരഞ്ഞു...

പിന്നെ കുറേക്കാലത്തേക്ക് വരൾച്ചയായിരുന്നു. പീലിക്കുന്നിലെ പച്ചപ്പുകളെയെല്ലാം വിഴുങ്ങിയിട്ടും വേനലിന്റെ ആർത്തിയടങ്ങിയില്ല. വെയിൽ കുടിച്ച് വരണ്ടുപോയ പുൽനാമ്പുകൾ പച്ചപ്പൊഴിഞ്ഞ് പാറകളുടെ ചൂടിൽ ഉഷ്ണിച്ചു. മുറിച്ചു മാറ്റാൻ പാകമായ വലിയ മരങ്ങളെ തിരഞ്ഞായിരുന്നു മറ്റയാൾ എത്തിയത്... അയാൾ എത്തി ഏഴാം നാൾ വരേക്കും പീലിക്കുന്ന് അങ്ങനെ വരണ്ടു കിടന്നു. വിരലുകളിലെ കല്ല് മോതിരങ്ങളും സ്വർണ്ണവാച്ചും ബ്രേസ് ലെറ്റും. എന്റെ കാമുക സങ്കല്പങ്ങൾക്ക് തീരെ യോജിച്ചതായിരുന്നില്ല. എന്നിട്ടും. വെയിൽ വരൾച്ചയിലേക്ക് പെയ്തിറങ്ങിയെ മഴ ചിതറി വീണത് എന്റെ

മേത്തേക്കായിരുന്നു. ഇനിയുള്ള മഴകൾ ഒരുമിച്ച് നനയാമെന്ന് അയാൾ പറഞ്ഞപ്പോൾ ഞാൻ എതിർത്തില്ല. പിന്നെക്കുറേക്കാലത്തേക്ക് പീലിക്കുന്ന് നനഞ്ഞുതന്നെ നിന്നു. വിതച്ചവയൊക്കെയും പാറമേലായതിനാലാണ് മുളയ്ക്കാതെ പോയതെന്ന് പറഞ്ഞ് മഴയൊടുങ്ങുമ്പോവൊക്കെ അയാൾ പരിതപിച്ചു. പീലിക്കുന്നിന്റെ പച്ചപ്പിൽ പൂവുകൾക്കും പൂമ്പാറ്റകൾക്കുമിടയിൽ പാറി നടക്കുന്ന ഒരു ഭ്രൂണത്തെ വാശിയോടെ ഓർത്തുകൊണ്ട് 'പാഴ് വിത്തുകൾ പുഷ്ടിയുള്ള മണ്ണിലും കിളിർക്കില്ലായെന്ന്' ഓർമ്മപ്പെടുത്തി ഞാനയാളുടെ പരിതാപത്തെ ചിരിച്ചു തള്ളി..... ചിലപ്പോഴൊക്കെ അടിവാരത്തിലെ ഇളക്കമുള്ള മണ്ണിൽ വിതയ്ക്കാൻ ആക്രോശിച്ചു. പക്ഷേ, തോട്ടത്തിലെ മുറിക്കാൻ പാകതയെത്തിയ മരങ്ങളുടെ മുഴുപ്പും മിനുസവും എന്നോട് ക്ഷമിക്കാൻ അയാളെ പ്രേരിപ്പിച്ചു.

ഒരു തെളിഞ്ഞ പകലിലേക്കാണ് ആ യുവാവ് പടി കയറി വന്നത്. വാതില്ക്കൽ നിന്ന് അവൻ ചിരിച്ചു. അവൻ ചിരിക്കുമ്പോൾ ഇടത്തും വലത്തുമായി തെറ്റു പല്ലുകൾ വെളിപ്പെട്ടു. വലത്തേ കവിളിൽ നുണക്കുഴി തെളിഞ്ഞു വന്നു. ഞാൻ അയാളെ നോക്കി അയാളും ചിരിക്കുകയായിരുന്നു, വിളറിയ ചിരി. എങ്കിലും ആ ചിരിയിൽ അയാളുടെ തെറ്റു പല്ലുകൾ വെളിപ്പെടുകയും നുണക്കുഴി തെളിയുകയും ചെയ്തു.. പത്തു വർഷങ്ങളിൽ തോന്നാത്ത ഒരു അരക്ഷിതാവസ്ഥ പൊടുന്നനെ എന്നെ പൊതിഞ്ഞു തുടങ്ങി. ഇടയ്ക്കൊക്കെ അയാളെ തിരഞ്ഞ് ആരൊക്കെയോ എത്തിയിരുന്നു. അന്നൊന്നും എനിക്കിങ്ങനെ തോന്നിയില്ല. ചിരിക്കാൻ ശ്രമിച്ചു: "ആരാണ്...?" മറുപടി ഉണ്ടായില്ല.

റോഡിലേക്കിറങ്ങുന്ന പായൽ പിടിച്ച പടിക്കെട്ടിലിരുന്ന് അവർ ഏറെ വർത്തമാനം പറഞ്ഞു. ഊണ് കാലമായിട്ടും പിരിയാതെ വർത്തമാനം തുടർന്നു.

"ആരാണത്.........?" മറുപടി കിട്ടാത്ത എന്റെ ചോദ്യം പിന്നെയും ആവർത്തിക്കപ്പെട്ടു.

അയാൾ കുറച്ചു നേരത്തേക്ക് ഒന്നും മിണ്ടാതെ നിന്നു. ചോദ്യം ആവർത്തിച്ചപ്പോൾ കൂടെ ബിസിനസ് ചെയ്ത കൂട്ടുകാരന്റെ മകനാണെന്നും കാശ് കടം വാങ്ങാൻ വന്നതാണെന്നും പറഞ്ഞു. അതിന്റെ മൂന്നാം നാൾ പ്രാതലിന് ശേഷം അയാൾ തന്റെ വലിയ തുകൽ പെട്ടിയിൽ ഉടുപ്പുകളും വേഷ്ടികളും അടുക്കി വെയ്ക്കാനാരംഭിച്ചു. യാത്ര എവിടേക്കാണെന്നു ചോദിച്ചില്ല. അയാളുടെ ആ യാത്ര എനിക്ക് അപ്രതീക്ഷിതമായിരുന്നുമില്ല.

പിതൃത്വത്തെ അടയാളപ്പെടുത്തിയ അവന്റെ ചിരി എന്റെ മനസ്സിനെ യാത്രപറച്ചിലിന് പരുവപ്പെടുത്തിയിരുന്നു. പോകരുതെന്ന് ഞാൻ പറയാതിരിക്കണമെന്ന് അയാൾ ആഗ്രഹിച്ചിരുന്നിരിക്കണം.... ഞാനയാളെ തടുത്തില്ല. അയാളെ എന്നിലേക്ക് കോർത്തിടാൻ എനിക്കുണ്ടായിരുന്നത് തോട്ടത്തിലെ മുഴുപ്പും മിനുസവുമുള്ള കുറേ

മരങ്ങൾ മാത്രമായിരുന്നു. തുകയെഴുതാത്ത ഒരുചെക്ക് ലീഫ് അയാളുടെ തുകൽപ്പെട്ടിക്ക് മുകളിൽ വച്ച് ഞാൻ ഔദാര്യം കാട്ടി: "ഇതു കൂടി എടുത്തുകൊള്ളൂ. കാശിന് ആവശ്യം വരും." നിസ്സംഗയായി ഞാൻ മാറി നിന്നു.. യാത്ര പറയാൻ നേരം എന്റെ നെറ്റിയിൽ അയാൾ അമർത്തി ചുംബിച്ചു.... പത്തുവർഷങ്ങളിൽ ഒരിക്കൽപോലും അയാൾ ഇത്രമേൽ ഊഷ്മളമായി എന്നെ ചുംബിച്ചിരുന്നില്ല. "ഞാൻ വരാം.... ഇടയ്ക്കൊക്കെ" അയാൾ വികാരഭരിതനായി.... "എന്താവശ്യമുണ്ടെങ്കിലും അറിയിക്കണം..."

"ഉം..."

വ്യർത്ഥമായ വാഗ്ദാനത്തിന് അത്ര ദീർഘമായ ഒരു മൂളൽ വേണ്ടായിരുന്നുവെന്നു തോന്നി... അയാളുടെ മുഖം വാടിയിരുന്നു. ചിലപ്പോൾ കരഞ്ഞേക്കുമെന്നും തോന്നി. എനിക്ക് പ്രത്യേകിച്ചൊന്നും തോന്നിയില്ല... ഞാൻ എന്നെ കൂടുതൽ സന്തോഷവതിയാകാൻ ശ്രമിച്ചു...

ഞാനെങ്ങോട്ടാണെന്ന് നീ ചോദിക്കാത്തതെന്താ........ "എനിക്കു ചിരി വന്നു. ചിരിച്ചു കൈ വീശിക്കാണിച്ച് ഞാൻ അയാളെ യാത്രയാക്കി... അയാളുടെ വണ്ടി അടിവാരത്തിലേക്കുള്ള റോഡ് തിരിയും വരെയും ഞാനതു തുടർന്നു. ഉച്ചയൂണിനിരിക്കുമ്പോഴാണ് ഊണുമേശയിലെ ഉപ്പു ഭരണിക്കടിയിൽ ആ ചെക്ക് ലീഫ് കണ്ടത്. അയാൾ അത് നാലായി മടക്കി ഭദ്രമായി വച്ചിരുന്നു.... ഞാൻ തളർന്നു. എനിക്ക് കരയാൻ തോന്നി...ഞാൻ വാവിട്ട് നിലവിളിച്ചു. തെക്കു നിന്നെത്തിയ ഒരു കാറ്റ് എന്റെ കരച്ചിലിനെ കവർന്നെടുത്ത് ഒരു കരിമ്പടം പോലെ പീലിക്കുന്നിന് മേലേക്ക് വലിച്ചെറിഞ്ഞു. പീലിക്കുന്ന് കറുത്തു... പിന്നെ പെയ്യാൻ തുടങ്ങി. കുന്നിറങ്ങി അടിവാരത്തിൽ തട്ടിച്ചിതറി പടിക്കെട്ട് കയറി മഴ വന്നു. മിന്നലെരിച്ച്, മരത്തലപ്പുകളെ ഉലച്ച് മഴ വന്നു. എനിക്ക് മഴ നനയണമെന്നു തോന്നി. തനിച്ചായവളുടെ സ്വാതന്ത്ര്യം... ഞാൻ മഴയിലേക്കിറങ്ങി. അയാൾ ബാക്കി വച്ച ആ പകൽ മുഴുവൻ ആ രാത്രി മുഴുവൻ... ഞാൻ നനഞ്ഞു മഴയടങ്ങി എന്നിട്ടും... ഉള്ളിലെ വേനൽ ശമിച്ചില്ല... പിന്നെയും മഴയില്ലാത്ത രണ്ട് ദിനരാത്രങ്ങൾ... ഞാൻ കാപ്പിരി മുത്തിയെപ്പറ്റി ഓർത്തു. എസ്തപ്പാനെക്കുറിച്ചോർത്തു, അപ്പനെയും ചെമ്പിയേയും കുറിച്ചോർത്തു. ഭൂമിയിൽ പിറക്കും മുമ്പേ പീലിക്കുന്നിന്റെ ഹരിത സമൃദ്ധിയിലേക്ക് മരണാനന്തരജീവിതം നയിക്കാൻ വിധിക്കപ്പെട്ട രണ്ട് ഭ്രൂണാത്മാവുകളെക്കുറിച്ചോർത്തു.

അവൾ ദീർഘമായി നിശ്വസിച്ചു......

"കഥയവസാനിച്ചോ....."

അയാൾ തമാശ മട്ടിൽ ചോദിച്ചു. അവൾ അതിനു മറുപടി നല്കിയില്ല. കുറച്ചുനേരം ആലോചനയിൽമുഴുകി. പിന്നെ പോടുന്നനേ ചോദിച്ചു:

"ഇപ്പോ ഇവ്ടെ പുഴുങ്ങി ഉപ്പിട്ട കാരയ്ക്കകൾ ഉണ്ടോ?"

"തടിക്കച്ചവടക്കാരൻ പണി തന്നോ കൊച്ചേ..." അയാൾ

പരിഹസിച്ചു. നിസ്സഹായതോടെ അയാളെ നോക്കുകമാത്രം ചെയ്തു. ഏറെ നേരമെടുത്ത് അവൾ പറഞ്ഞു:

"അയാൾ വിതച്ചത് പാറമേലായിരുന്നു. അത് മുളച്ചില്ല"

"മുളച്ചാലും...." അയാൾ അർത്ഥ ഗർഭമായി നിർത്തി. "കാപ്പിരി മുത്തിയും പോയല്ലോ..."

പിന്നെയും അയാൾ പരിഹാസത്തോടെ ചിരിച്ചു. അങ്ങനെ ഉണ്ടായിരുന്നെങ്കിലും, ഉപ്പു ഭരണിക്കടിയിൽ ഉപേക്ഷിച്ചുപോയ നാലായി മടക്കിയ നിരാസത്തിന്റെ ഒരു തുണ്ട് കടലാസ്.. നെറ്റിയിലെ നനവാർന്ന ഒരു ചുംബനം.... അവൾക്കതിനാവുമായിരുന്നോ. വെറും രക്തവും മാംസവുമായി ഈ പ്രണയത്തെയും ചോർത്തിക്കളയാൻ. ആനന്ദ ത്തോടെ പകയോടെ തിരസ്ക്കരിച്ച് ആനന്ദിക്കാൻ ഒന്നുമില്ലാതായി... ഏറെ നേരം അവൾ നിശ്ശബ്ദയായി. അയാളാകട്ടെ പീലിക്കുന്നിന്റെ വെയിലിലേക്ക് ചാഞ്ഞുപെയ്യുന്ന സൂചിമഴയെ കാണുകയായിരുന്നു. അയാൾ അവിടേക്ക് വിരൽ ചൂണ്ടി.

"നോക്ക്... നോക്ക് മഴ... പീലിക്കുന്നില് മഴ പെയ്യ്ണ്."

അവൾ ആ മഴ കണ്ടില്ല. എസ്തപ്പാന്റെ മൺകൂരയെ പൊതിഞ്ഞു നിന്ന അസംഖ്യം മരത്തലപ്പുകളിലേക്ക് കണ്ണോടിച്ചു. പിന്നെ അയാൾക്ക് കേൾക്കാൻ പാകത്തിൽ ചോദിച്ചു;

"ഇവിടൊരു വലിയ കാരമരം ഉണ്ടായിരുന്നില്ലേ..."

അയാൾക്കങ്ങനെയൊരു മരത്തെ ഓർത്തെടുക്കാനായില്ല.

"അതും മരിച്ചു പോയോ..."

തീരെ നേർത്തതെങ്കിലും ഉറച്ച ശബ്ദത്തിൽ അവൾ ചോദിച്ചു. മരങ്ങളുടെ മരണം, അയാളെ സംബന്ധിച്ചിടത്തോളം പുതിയ ചിന്താവിഷയമായിരുന്നു. മരങ്ങളുടെ ജീവൻ.. മാത്തകത്ത് മരിച്ചുപോയ എണ്ണമറ്റ മരങ്ങൾ അവയുടെ ആത്മാവുകൾ.. അയാൾക്ക് രസം തോന്നി. അയാൾ അവൾ പറഞ്ഞ മരിച്ചുപോയ ഒരു മരത്തെ ഓർമ്മയിൽ പരതിക്കൊണ്ടിരുന്നു. വെയിൽ പകർച്ചയിൽ നീലിച്ചുപോയ മരത്തലപ്പു കളിൽ നിന്നും അതിനെ മാത്രം കണ്ടെടുക്കാൻ അയാൾ പരിശ്രമിച്ചു. അയാൾക്കതിനായില്ല. അവൾ വീടിനുചുറ്റും അതിനെ പരതി മടുത്ത് തിണ്ണയിലിരുന്ന് കിതപ്പാറ്റി. പിന്നെ കരയാൻ തുടങ്ങി ഉറക്കെ ഉറക്കെ. വൃക്ഷ മരണങ്ങളുടെ സമസ്യയിൽ നിന്നും അയാൾ മുക്തനായി. അവളോട് അലിവാർന്നു. ആശ്വാസവാക്കുകൾക്കൊന്നും അവൾ വഴങ്ങിയില്ല. അയാൾ നിസ്സാഹയതയോടെ അവളെ നോക്കി. ഏറെ നേരം അവൾ അങ്ങനെ തന്നെയിരുന്നു. പിന്നെ ഒന്നും മിണ്ടാതെ കല്ലൊതുക്കു കളിലൂടെ താഴേക്കിറങ്ങി. മരത്തലപ്പുകൾക്ക് മേലേക്ക് മാത്രം പെയ്തു കൊണ്ടിരുന്ന ഒരു മഴ അവൾക്ക് മേലേക്ക് ആദ്യം തുള്ളികളായും പിന്നെ നൂലുകളായും പെയ്തിറങ്ങുന്നതും പിന്നെ അവളെത്തന്നെ മൂടുന്ന കണക്കേ മഴ ആർത്തലച്ച് പെയ്യുന്നതും അവൾ തന്നെ മഴയായി മാറുന്നതും അയാൾ നോക്കിയിരുന്നു.

(പീലിക്കുന്നിൽ വെയിലിലേക്ക് ചാഞ്ഞൊരു സൂചി മഴ പെയ്തു. ഒരു ഒറ്റമരംമാത്രം കുന്നിന്റെ പച്ചപ്പിൽ വേരുകളാഴ്ത്തി നിന്നു. പിന്നെ മഴയിലേക്ക് മുഖമമർത്താനുള്ള വെമ്പലോടെ അത് നീലിച്ച ആകാശത്തിലേക്ക് ചില്ലകൾ പടർത്തി....)

ഉയിർപ്പിന്റെ അടയാളങ്ങൾ

ഉഷ്ണ മാപിനിയിലെ രസ നിരപ്പ് 38 നും മേലേക്ക് തിളച്ചു പൊന്തിയ ഒരു നട്ടുച്ച നേരത്താണ് വിചാരണ ആരംഭിച്ചത്. മരവാഴകളും കോലിഞ്ചിയും പുറ്റുപോലെ പൊതിഞ്ഞുനിന്നിരുന്ന വലിയ മരങ്ങൾക്കിട യിലുള്ള വളരെ പഴയ ഒരു കെട്ടിടത്തിലായിരുന്നു കോടതി പ്രവർത്തി ച്ചിരുന്നത്. മരപ്പാളികളാൽ പാനൽ ചെയ്യപ്പെട്ട മച്ചിൽ നിന്നും താഴേക്ക് ഊർന്നു കിടന്ന ലോഹ ദണ്ഡിൽനിന്നും വലിപ്പമുള്ള ഒരു പങ്ക ഇതളുകൾ വിടർത്തി മുരൾച്ചയോടെ കറങ്ങിക്കൊണ്ടിരുന്നു. എങ്കിലും കോടതി മുറിയിൽ ചൂടു കനത്തിരുന്നു. വിസ്താരക്കൂട്ടിന് താഴെയായി അവർ മൂന്നുപേർ വിയർത്തൊട്ടിനിന്നു..

അവരാണ് ആളുകൾ.

അവൾക്ക് കൂട്ടുപോന്ന പൊലീസുകാരികൾ അടക്കം പറഞ്ഞു. അവർ മൂന്നുപേരെയും അവൾ മാറി മാറി നോക്കി. വെളുത്തു മെലിഞ്ഞ് സാത്തികനായ മനുഷ്യന്റെ നെറ്റിയിൽനിന്നും ചന്ദനവും കുങ്കുമവും വിയർപ്പിലൂടെ മൂക്കിലേക്ക് ഊർന്നിറങ്ങി. മുഖം നിറഞ്ഞ താടിക്കിട യിലൂടെ രണ്ടാമന്റെ വിടർന്ന ചുണ്ടുകൾ എപ്പോഴും മന്ദഹസിച്ചു കൊണ്ടിരുന്നു. കണ്ണുകളിൽ കാരുണ്യത്തിന്റെ കടൽ നിറച്ച് അവൾക്കു നേരേയും അയാൾ പുഞ്ചിരി പൊഴിച്ചു. മൂന്നാമനാകട്ടെ കുപ്പായത്തിനു പിന്നിൽ തിരുകിയിരുന്ന കൈലേസെടുത്ത് പാരവശ്യത്തോടെ മുഖവും കഴുത്തും തുടച്ചു വൃത്തിയാക്കി. അവൾ അവിശ്വസനീയതയോടെ പൊലീസുകാരിലൊരാളുടെ മുഖത്തേക്ക് ചോദ്യഭാവത്തിൽ നോക്കി. അവർ അതേയെന്ന ഭാവത്തിൽ കണ്ണടച്ചുകാണിച്ചു. പകയോടെയാണോ പകപ്പോടെയാണോ അവരെ നോക്കേണ്ടത് എന്ന ചിന്താകുഴപ്പത്തോടെ അവൾ പിന്നെയും പൊലിസുകാരികളെ നോക്കി. അവർ മറ്റെന്തോ

പറഞ്ഞ് ചിരിച്ചുകൊണ്ട് നില്ക്കയാൽ അവളെ ശ്രദ്ധിച്ചിരുന്നില്ല. പ്രതികളായി സംശയിക്കുന്ന മൂന്നുപേരും കളങ്ക രഹിതരായി കാണപ്പെട്ടു.

ആ രാത്രിയുടെ ഓർമ്മകൾക്ക് മനുഷ്യ മുഖങ്ങളുണ്ടായിരുന്നില്ല. എന്നാൽ ഓർമ്മകളവസാനിച്ചത് അസുഖകരമായ ഗന്ധങ്ങളിലും സ്പർശനങ്ങളിലുമായിരുന്നു. അവൾ ശ്വാസം ആഞ്ഞു വലിച്ചു. പലരുടെയും ഉടൽ നിസ്വനങ്ങൾ കൂടിക്കലർന്ന ഗന്ധം..... തേരട്ടകളെയും പുഴുക്കളെയും പോലെ അവളുടെ ശരിരത്തിലേക്ക് ഇഴഞ്ഞു നീങ്ങിയ ദുർഗ്ഗന്ധമുള്ള... അഴുക്കുപിടിച്ച വിരലുകൾ.... മുന്നിൽ നില്ക്കുന്നവരുടെ വിരലുകളിലേക്ക് അവൾ നോക്കി ഇതിലാരുടെ വിരലുകളാണ്...? കോടതിയിലേക്ക് പുറപ്പെടുന്നതിനു തൊട്ടു മുൻപ് റെസ്ക്യൂ ഹോമിലെ സീനത്ത് എന്ന കുശിനിക്കാരി വച്ചുണ്ടാക്കി വിളമ്പിത്തന്ന ചപ്പാത്തിയും ഉരുളക്കിഴങ്ങ് കറിയും മസാലയുടെ ഹൃദ്യമായ സുഗന്ധങ്ങളെവിട്ട് പുളിച്ചു തികട്ടലിന്റെ ജീർണ്ണിച്ച ഗന്ധത്തോടെ പുറത്തേക്ക് തെറിച്ചു വീണു. ബഞ്ച് ക്ലർക്ക് വെളുത്ത് തടിച്ച സുന്ദരിയായിരുന്നു. ചർദ്ദിയുടെ ഗന്ധം... അവൾ തുടുത്തമുഖം കർച്ചീഫു കൊണ്ട് പൊതിഞ്ഞു പിടിച്ചു. ജഡ്ജിയുടെ അനുമതിക്ക് കാക്കാതെ ധൃതിയിൽ പുറത്തേക്ക് നടന്നു. ജഡ്ജ് മുഖം ചുളിച്ചു. പിന്നെ ഉഗ്രഭാവത്തിൽ തന്റെ റിട്ടയറിങ് റൂമിലേക്കു നടന്നു. അരമണിക്കൂറിനു ശേഷമായിരുന്നു പിന്നെ കോടതി കൂടിയത്. അപ്പോഴേക്കും ചർദ്ദിയുടെ അവശിഷ്ടങ്ങളോ ദുർഗ്ഗന്ധമോ ബാക്കിയാകാത്തവിധം കോടതി മുറി വൃത്തിയാക്കപ്പെട്ടിരുന്നു.

അന്നേരമത്രയും കോടതി വരാന്തയിലെ ഒരു മര ബഞ്ചിൽ രണ്ടു പൊലീസുകാരികൾക്കിടയിലിരിക്കുകയായിരുന്നു അവൾ. അവർക്കു ചുറ്റും ആൾക്കൂട്ടമായിരുന്നു. ചാനലുകൾ അവ്യക്തമായി ലോക സമക്ഷം അവതരിപ്പിച്ച അവളുടെ മുഖം വ്യക്തതയോടെ കാണാൻ അവർ തിരക്കുകൂട്ടി. ആൾക്കൂട്ടത്തിനിടയിൽനിന്നും ഒരു പേപ്പർ കപ്പ് നീണ്ടു വന്നു. അപ്പൻ! അവൾ അങ്ങനെ വിളിച്ചില്ല. പിഴച്ചവളുടെ അപ്പനും പ്രേക്ഷകർ ഏറെയാണ്!

റസ്ക്യൂ ഹോമിന്റെ സിമന്റ് തിണ്ണയിൽ തലതാഴ്ത്തിയാണ് അന്ന് അപ്പനിരുന്നത്. മദ്യത്തിൽ കുഴഞ്ഞ ഒച്ചയിൽ അപ്പൻ ഒന്നു മാത്രം ചോദിച്ചു: “മകളെ നീയെങ്ങനെ പിഴച്ചു...”

അവളും അതുതന്നെ ആലോചിക്കയായിരുന്നു. ഞാനെങ്ങനെ പിഴച്ചു.

“അപ്പൻ നെന്നെ വീട്ടിലേക്ക് വിളിക്കുന്നില്ല. അവ്ടെ നെന്റെ അനിയത്തിക്കുട്ടികളുണ്ട്.... അവുത്തുങ്ങളുക്കും വേണ്ടേ ജിവിതം.”

ചായ തൊണ്ടയിൽ നിന്നും താഴേക്കിറങ്ങാൻ മടികാട്ടി. ഒരു വയസ്സൻ മരത്തിന്റെ വേരിലിരുന്ന് അവൾ വീണ്ടും ചർദ്ദിക്കാനാരംഭിച്ചു.

പിന്നെ അപ്പനെ കണ്ടില്ല. ആൾക്കൂട്ടത്തിലെവിടെയോ മാഞ്ഞുപോയതു പോലെ. ചിലപ്പോൾ അപ്പനായിരുന്നുവെന്നത് തോന്നലാവാം.

ജഡ്ജ് കറുത്ത ഗൗണിട്ട് മരക്കസേരയിൽ ചാഞ്ഞിരുന്നു. നീണ്ട നാസികയും നേർത്തചുണ്ടുകളും എഴുന്നുനില്ക്കുന്ന മൂക്കും ചരിത്ര പാഠപുസ്തകത്തിലെ ഡൽഹൗസി പ്രഭുവിന്റെ കറുപ്പിലും വെളുപ്പിലുമുള്ള ചിത്രത്തെ ഓർമ്മിപ്പിച്ചു. ബോംബേയിൽ നിന്നും താനെയിലേക്ക് സമദൂരത്തിൽ വിന്യസിക്കപ്പെട്ട ഉരുക്കു പാളങ്ങളിലൂടെ പുക തുപ്പി തീക്കണ്ണുമായി ആദ്യത്തെ തീവണ്ടി കിതച്ചോടി. പാളങ്ങളുടെ ദൈർഘ്യം പിന്നെ ഹൗറയിൽനിന്നും ഹൂഗ്ലിയിലേക്കും മദിരാശിയിലേക്കും നീണ്ടു. ദൈർഘ്യമുള്ള ഉടലും പേറി അത് തെക്കോട്ടും വടക്കോട്ടും കിതപ്പോടെ ഇഴഞ്ഞു. അങ്ങനെ തെക്കുനിന്നും കൂകി പാഞ്ഞെത്തിയ തീവണ്ടിയിലായിരുന്നു പ്രദീപൻ മാഷ് വന്നിറങ്ങിയത്. അയാൾ ചിരിച്ചപ്പോൾ തെറ്റ് പല്ലുകൾ തെളിഞ്ഞു കണ്ടു. ഉദ്ദണ്ഡവിലാസം സ്കൂളിലെ പരുപരുത്ത കറുത്ത ബോർഡിൽ ചോക്കുപ്പൊടിയിൽ എഴുതിയിട്ട വെളുത്ത അക്ഷരങ്ങളാൽ അയാൾ രാസ സൗഹൃദങ്ങളുടെ കഥകൾ പറഞ്ഞു. കുട്ടികൾ കുറുമ്പുകാട്ടിയപ്പോൾ തവിട്ടു മറുകുള്ള മൂക്കിൻ തുമ്പ് വിറപ്പിച്ച് ചൂരൽ ചുഴറ്റി. പ്രദീപൻ മാഷിന് അവളോട് 'ഒരിത്' ഉണ്ടെന്ന് ആദ്യം പറഞ്ഞത് സൽമയായിരുന്നു, കത്തിക്കാളുന്ന ഉച്ചവെയിലിൽ മൂത്രപ്പുരയുടെ മൂലയിൽ വച്ച്, അമോണിയായുടെ ഗന്ധം ശ്വാസം മുട്ടിക്കാൻ തുടങ്ങിയ നേരത്ത്. പൊടുന്നനെ അവിടത്തെ മൂത്രമണമൊഴിയുകയും സ്കൂൾ മൈതാനം കടന്നു വന്ന ഒരു കാറ്റ് അവൾക്ക് മീതേക്ക് പൂമണമായി പടർന്നേറുകയും ചെയ്തു.

വെളുത്തു മെലിഞ്ഞ മനുഷ്യനായിരുന്നു വിസ്താരക്കൂട്ടിൽ, ആദ്യം. വിചാരണ ആരംഭിച്ചു.

"പേര്"

"ശങ്കര ശർമ്മ മകൻ നാരായണ ശർമ്മ."

"വയസ്സ്..."

"നാല്പത്തിനാല്."

"തൊഴിൽ...."

"അമ്പലവാസിയാണ്.." അയാൾ ജഡ്ജിയ തൊഴുതു. "തെക്കുംകര പാണയിൽ കൃഷ്ണന്റമ്പലത്തിൽ പൂജ ചെയ്തു കഴിഞ്ഞു പോവുന്നു..." അയാൾ കൂടുതൽ വിനയമുള്ളവനായി.

"ആ നില്ക്കുന്ന രണ്ടുപേരെ അറിയോ..."

"അറിയാം...."

"എങ്ങനെ അറിയാം.....? സുഹൃത്തുക്കളാണോ..."

"......നാട്ടുകാരാണ്."

ആ നില്ക്കുന്ന പെൺകുട്ടിയെ അറിയുമോ... "ഇല്ല" സത്യമേ

ബോധിപ്പിക്കുകയുള്ളുവെന്ന് അയാൾ ഭഗവദ്ഗീതയിൽ തൊട്ട് സത്യം ചെയ്തിരുന്നു! രണ്ടാമത്തെ ഊഴം താടിക്കാരന്റേതായിരുന്നു.

"പേര്...?"

"പെരുന്തോട്ടത്തിൽ ജോർജ്ജ് മാത്തൻ ഫിലിപ്പോസ് മകൻ തോമസ് മാത്തൻ ഫിലിപ്പോസ്."

"വയസ്സ്?"

"നാല്പത്തിനാല്..... തൊഴിൽ........?"

"വികാരിയാണേ...... തെക്കുംകര വിശുദ്ധ ത്രേസ്യായുടെ പള്ളിയിലെ മെത്രാനാന്നേ....." അയാൾ ജപമാലയിൽ കോർത്തിട്ടിരുന്ന ഈശോയെ ഒന്നു മുത്തി. പിന്നെ ജഡ്ജിയെ വണങ്ങി.

"ആ നില്ക്കുന്ന രണ്ടു പേരെ അറിയമോ....."

"അറിയാം..."

"എങ്ങനെ അറിയാം...... സുഹൃത്തുക്കളാണോ....?"

"ഇല്ല. നാട്ടുകാരാണ്....."

"ആ നില്ക്കുന്ന പെൺകുട്ടിയെ അറിയാമോ.....?"

"ഇല്ല." സത്യമേ ബോധിപ്പിക്കുകയുള്ളുവെന്ന് അയാൾ സത്യവേദ പുസ്തകത്തിൽ പിടിച്ച് ആണയിട്ടവനായിരുന്നു.

വിസ്താരക്കൂട്ടിൽ നില്ക്കുമ്പോഴും മൂന്നാമൻ കുപ്പായത്തിനു പിന്നിൽനിന്നും കൈലേസ് വലിച്ചെടുത്ത് മുഖവും ചിറിയും അമർത്തി ത്തുടച്ചു. തലയിൽനിന്നും വട്ടത്തൊപ്പി വലിച്ചെടുത്ത് ജഡ്ജിയെ വണങ്ങി.

"അവുക്കാദർ മകൻ സ്വൈനദലാബ്ദീൻ മൗലവി."

"വയസ്സ്..."

"നാല്പത്തിനാല്"

തൊഴിൽ...."

"ഒലിയത്ത് കോട്ട തങ്ങളുപ്പാന്റ ദർഹയിൽ മൗലവിയാണ്. പുള്ളാരെ ഓത്തും പഠിപ്പിക്കും."

"ആ നില്ക്കുന്ന രണ്ടു പേരെ അറിയാമോ.."

"അറിയാം."

"എങ്ങനെ അറിയാം സുഹൃത്തുക്കളാണോ..."

"ഇല്ല. നാട്ടുകാരാണ്.."

"ആ നില്ക്കുന്ന പെൺകുട്ടിയെ അറിയുമോ......"

"ഇല്ല"

സത്യമേ ബോധിപ്പിക്കുകയുള്ളൂവെന്ന് അയാൾ *ഖുറാനിൽ* തൊട്ട് സത്യം ചെയ്തിരുന്നു.

പിന്നത്തെ ചോദ്യം അവൾക്കുള്ളതായിരുന്നു. ഇവരിലാരായി രുന്നു....?

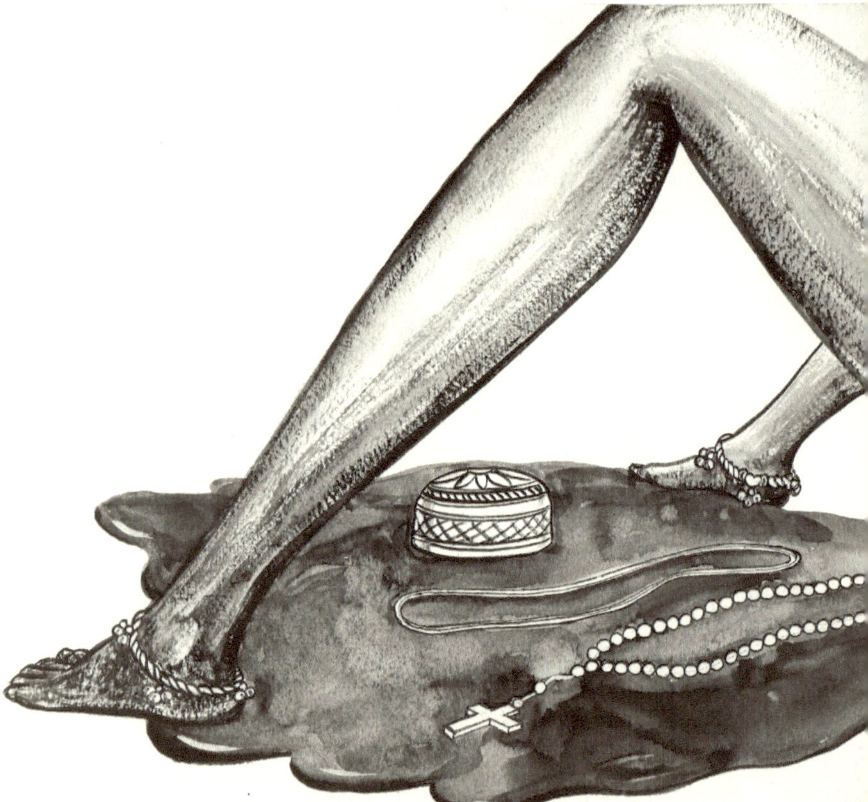

ഉണ്ണിയപ്പൻ നായരുടെ പലചരക്കുകടയിൽ തിരക്കായിരുന്നു. നീളൻ വരാന്തയിൽ അഞ്ചു മണി മുതൽ അവൾ കുത്തിയിരിക്കുകയായിരുന്നു.

എസ്റ്റേറ്റുകളിലെ പണിക്കാർക്ക് കൂലി കിട്ടുന്ന ദിവസമായിരുന്നു.. പെണ്ണുങ്ങളും ആണുങ്ങളും തിരക്കുകൂട്ടി. ഓരോപ്രാവശ്യവും അവൾ പിന്നിലേക്ക് തള്ളി മാറ്റപ്പെട്ടു. ആളുകളുടെ മുന്നിൽവച്ച് അയാളോട് കടം ചോദിക്കാൻ അവളും മടിച്ചു. അതുകൊണ്ട് അവളും പിന്നിലേക്ക് നീങ്ങിമാറിക്കൊണ്ടേയിരുന്നു. ഒടുവിൽ രണ്ടാളുകൾ, അവളും പത്തു ബിയിലെ സുജിത്ത് ഇമ്മാനുവലും, മാത്രം അവശേഷിച്ചു. ഉണ്ണിയപ്പൻ നായരുടെ മുഖം ഇരുണ്ടു. അരിയും തേയിലപ്പൊടിയും പൊതിഞ്ഞെടുക്കുമ്പോൾ അയാൾ മുന്നറിയിപ്പു നല്കി:

"കാശ് കുറച്ചായി ഇനി കടം ചോദിക്കാൻ വരണ്ട."

സുജിത്ത് ഇമ്മാനുവേലിന്റെ മുഖത്ത് നോക്കാൻ അവൾ മടിച്ചു.

നേരം ഇരുണ്ടിരുന്നു. കുരിശു പള്ളിക്കു മുന്നിലെ മൺതിട്ടയിലാണ് സുജിത്ത് ഇമ്മാനുവേലിന്റെ വീട്. പിന്നെയും രണ്ട് വളവുകൾ കൂടിക്കഴിഞ്ഞാൽ സിമന്റിന്റെ ഒരു കലുങ്ക് കെട്ട്. അതിനു പിന്നിൽ അലിയാര് സാഹിബ്ബിന്റെ കശുമാന്തോട്ടമാണ്. അവിടെ പകൽപോലും പാമ്പുകൾ ഇഴഞ്ഞു. അതും കടന്നു വേണമായിരുന്നു അവൾക്ക് വീടു പറ്റാൻ.

സുജിത്ത് ഇമാനുവേലിന്റെ വീട്ടിലെ ടെലിവിഷൻ സ്ക്രിനിൽ ഇന്ത്യയും പാകിസ്ഥാനും മത്സരിച്ചു കളിച്ചു. സിക്സറുകളും ബൗണ്ടറികളും ചീറിപ്പാഞ്ഞു. 246 റൺസോടെ കളിയുടെ ഒന്നാം പകുതി അവസാനിച്ചപ്പോഴുള്ള ഇടവേളയിലാണ് അവൻ ഉണ്ണിയപ്പൻ നായരുടെ കടയിലേക്ക് എത്തിയത്. അടുത്ത ഇന്നിങ്സ് ആരംഭിക്കുന്നതിന് മുൻപ് വീടെത്താൻ ധൃതിപിടിച്ചു വലിയ കാലുകൾ വേഗത്തിൽ വച്ച് അവൻ നടന്നു. അവളുടെ കാലുകൾ ചെറുതായിരുന്നു. കൈകളിലെ അരിയും പലവ്യഞ്ജനങ്ങളും അവളെ കൂടുതൽ ഭാരമുള്ളവളാക്കി. കാലുകൾ വലിച്ചു വെക്കാൻ അവൾ പ്രയാസപ്പെട്ടു. കുരിശുപള്ളിയെത്തിയപ്പോഴേക്കും അവൻ അവളുടെ കാഴ്ചപ്പുറത്തുണ്ടായില്ല. റോഡ് വിജനമായി. ഇരുട്ടും. അലിയാര് സാഹിബ്ബിന്റെ കശുമാന്തോട്ടത്തിൽ പത്തിയെടുത്തുനിന്ന കരിമൂർഖനും അണലിയും അവളുടെ ധൈര്യം ചോർത്തിയെടുത്തു. ഞായറാഴ്ച കുർബ്ബാനയ്ക്ക് എത്തുമ്പോൾ മെഴുകുതിരികൾ കത്തിക്കാമെന്ന് അവൾ മാതാവിനോട് നേർച്ച പറഞ്ഞു. കുരിശു വരച്ചു മുന്നോട്ട് നടക്കുമ്പോഴാണ് പിന്നിലൊരു കാർ ബ്രേക്കിട്ടത്.

"എന്താ മേരിയേ തനിച്ചേ ഉള്ളൂ.. അച്ഛൻ വന്നില്ല..."

പ്രദീപൻ മാഷാണ്.

"കയറിക്കോളൂ... കലുങ്കിന്റവ്ടെ എറക്കിയേക്കാം."

ആരോ പിൻ ഡോർ തുറന്നു പിടിച്ചു. കാറിനകം ഇരുണ്ടു കിടന്നു.

"മാഷേ..."

"കയറിക്കോളൂ, എന്റെ ചങ്ങാതിമാരാണ്.." മടിച്ചു നിന്നപ്പോഴേക്കും പിന്നിൽ നിന്നും അകത്തേക്ക് ആരോ ഉന്തിയിട്ടു. ഉണ്ണിയപ്പൻ നായർ അളന്ന് പൊതിഞ്ഞെടുത്ത അരിയും തേയിലയും റോഡിൽ വീണു ചിതറി. രണ്ടാമത്തെയും മൂന്നാമത്തെയും ഓവറിനിടയിലെ പരസ്യ ഇടവേളയിൽ മൂത്രമൊഴിക്കാനിറങ്ങിയ സുജിത് ഇമ്മാനുവേൽ റോഡിലെ ഇരുളിലേക്ക് കൺപായിച്ചെങ്കിലും താഴെ കുരിശ്ശടിക്കുമുമ്പിൽ കത്തിച്ചുവച്ച മെഴുകുവെട്ടങ്ങളല്ലാതെ ഒന്നും അവന് കാണാനായില്ല. റോഡിലേക്ക് ചിതറിവീണ വകകളെയൊന്നും ദൃശ്യവല്ക്കരിക്കാനുള്ള കഴിവ് ആ വെളിച്ചത്തിന് ഉണ്ടായിരുന്നുമില്ല..

ജഡ്ജി അക്ഷമയോടെ ചോദ്യം ആവർത്തിച്ചുകൊണ്ടിരുന്നു വിസ്താരക്കൂട്ടിൽ നിന്നവർ അപ്പോഴും കളങ്കരഹിതരായിത്തന്നെ കാണപ്പെട്ടു..

അവൾക്ക് പരിചിതനായി ആവണ്ടിയിൽ ഒരാൾ മാത്രമേ ഉണ്ടായിരുന്നുള്ളൂ. അയാളാകട്ടെ തെറ്റ് പല്ലുകാട്ടി അവളെ നോക്കി ചിരിച്ചുകൊണ്ടേയിരുന്നു ആ പേര്......? അവൾ വാ തുറന്നില്ല.. അമോണിയാ ഗന്ധമുള്ള മൂത്രപ്പുരയ്ക്ക് മുന്നിലൂടെ പേരറിയാ പൂക്കളുടെ മണവും പേറി ഒരു കാറ്റ് അപ്പോഴും മെല്ലെ ആരെയൊക്കെയോ തഴുകി കടന്നുപോയി.

പരിചിതമായ എന്നാൽ വരികൾ വേർതിരിച്ചറിയാത്ത ഒരു പാട്ടിനിടയിലൂടെ അവൾ കാറിനകത്തേക്ക് തെറിച്ചുവീണു.. വായ്ക്ക് മീതെ വന്നു മൂടിയ കൈയിനെ കടിച്ചുമുറിക്കാൻ അവൾ ശ്രമിച്ചു. എന്നാൽ ഉടുപ്പുകൾ മേലേക്ക് ഉയർത്തപ്പെടുകയും അവൾ സീറ്റിലേക്ക് കൂടുതൽ അമർത്തപ്പെടുകയും ചെയ്തു.. അനന്തരം സാത്താന്റെ വിലക്കുകളെയും തകർത്ത് നരകത്തിൽ നിന്നും പുഴുക്കളും തേരട്ടകളും അവൾക്ക് മേലേക്ക് ഇഴഞ്ഞിറങ്ങി.. നരക ജലത്തിന്റെ വന്യമായ ഒഴുക്കിൽ അവൾ താഴ്ന്നു. ശ്വാസമില്ലാതെ പിടഞ്ഞു. പഴുത്തു വിങ്ങിയ പുണ്ണിന്റെ ഗന്ധമായിരുന്നു ചിലപ്പോഴൊക്കെ അതിന്. പുളിയനുറുമ്പു കളുടെ അമ്ളതയോടെ അത് അവളെ നോവിച്ചു, ലാവാപ്രവാഹം പോലെ അത് അവളെ ഉരുക്കി.

"പറയൂ" ജഡ്ജി അക്ഷമനായി.

"ഇരുട്ടായിരുന്നു. എനിക്കൊന്നും കാണാൻ പറ്റിയില്ല.. എനിക്കാരേം കാണാമ്പറ്റീല്ല... ഓരോരോ ഗന്ധങ്ങളായ്ര്ന്ന് വൃത്തികെട്ട ഗന്ധങ്ങൾ... അതെനിക്ക് അറിയാം... മണത്തു നോക്കട്ടെ."

വാദം കേൾക്കാനെത്തിയവരും കോടതിയിലുള്ള എല്ലാവരും ചിരിക്കാനാരംഭിച്ചു. അവൾ കണ്ണുകളടച്ചു. പിന്നെ ധ്യാനത്തിലെന്നോണം വിളിച്ചുകൂവി:

"പുഴുത്തപുണ്ണിന്റെ ഗന്ധം... പുളിയനുറുമ്പിന്റെ മണം...അഴുക്കു ചാലിന്റെ ദുർഗ്ഗന്ധം......" അവളുടെ വാക്കുകൾ പലരുടെയും പരിഹാസങ്ങൾക്കിടയിൽ വീണ്ടെടുക്കാനാവാത്തവിധം വീണുപോയി. ഉള്ളിൽ നുരഞ്ഞുവന്ന അഴുക്കുചാലും പുഴുക്കളും വീണ്ടും ശരീരത്തിന്റെ അടക്കലുകളെ വകവയ്ക്കാതെ പുറത്തേക്ക് നിർഗ്ഗമിച്ചു. ബഞ്ചു ക്ലർക്കിന് എന്തുപറ്റിയെന്നോ വിചാരണ എങ്ങനെ അവസാനിച്ചെന്നോ അവൾ അറിഞ്ഞില്ല. ആരും പറഞ്ഞുമില്ല. ഇന്ത്യൻ പീനൽ കോഡിന് നായകളുടെ ഘ്രാണ ശക്തിയിൽ മാത്രമേ വിശ്വാസമുണ്ടായിരുന്നുള്ളൂ. മനുഷ്യരുടേതിനോട് തീരേയും വിശ്വാസം പോരായിരുന്നു.

'നിയമം ജയിച്ചു. സത്യം ജയിച്ചു..' എന്ന അടിക്കുറിപ്പോടെ കോടതിയിൽക്കണ്ട മൂന്നുപേരും പത്രങ്ങളുടെ മുൻപേജിലും ടി വി സ്ക്രീനിലും ചിരിച്ചുനിന്നു. അവളാകട്ടെ (വേർതിരിയാത്ത ശരീര ദുർഗ്ഗന്ധങ്ങളെ ഓക്കാനിച്ചു കളയാൻ അവൾ ശ്രമിച്ചുകൊണ്ടേയിരുന്നു..) അനാവശ്യമായി മൂന്നുപേരെ പ്രതി ചേർത്ത് മതവിശ്വാസങ്ങളെ അപമാനിക്കാൻ ശ്രമിച്ച എസ് ഐയെ സസ്പെന്റ് ചെയ്ത വാർത്തയും അതേ പത്രത്തിന്റെ തന്നെ അപ്രധാനമായ ഒരു കോളം നിറച്ചു. അത്തരത്തിലുള്ള ഒരു പത്രത്തിന്റെ പരീക്ഷാ സഹായി എന്ന തലക്കെട്ടിൽ രസതന്ത്ര പാഠങ്ങൾ വിശകലനം ചെയ്യുന്ന പംക്തിയിൽ സംസ്ഥാന സർക്കാരിന്റെ ഏറ്റവും നല്ല അദ്ധ്യാപകനുള്ള അവാർഡ് നേടിയ അദ്ധ്യാപകൻ എന്ന വിശേഷണത്തോടെ പ്രദീപൻ മാഷ് തന്മാത്രാന്തര ബന്ധങ്ങളെക്കുറിച്ച് കുറിപ്പെഴുതി. പരീക്ഷയിൽ പങ്കെടുക്കുന്ന എല്ലാ കുട്ടികൾക്കും വിജയാശംസകൾ നേർന്നുകൊണ്ട് പംക്തി അവസാനിച്ച ദിവസം ഉച്ചയ്ക്ക് ശേഷമാണ് റെസ്ക്യൂ ഹോമിലെ അരണ്ടവെളിച്ചമുള്ള മുറിയിൽനിന്നും മിത്രയെന്നും നന്ദിനിയെന്നും പേരുള്ള രണ്ട് കെയർ ടേക്കർമാരോടൊപ്പം അവളെ ആശുപത്രിയിലേക്ക് മാറ്റിയത്. 'എനിക്ക് പരിക്ഷയെഴുതണമേ....' എന്ന് അടിവയറ്റിൽ അമർത്തിപ്പിടിച്ചുകൊണ്ട് അവൾ വാവിട്ട് നിലവിളിച്ചുകൊണ്ടിരുന്നു.

ആശുപത്രിയിൽ നിന്നിരുന്ന മുഴുവൻ പേരും അവളുടെ നിലവിളി കേൾക്കുകയും ആ കുട്ടിയെ പരിക്ഷയെഴുതാനനുവദിക്കാത്തതെന്ത്? എന്ന് പരസ്പരം ചോദിക്കുകയും ചെയ്തു.

ലേബർ റൂമിന്റെ വാതില്ക്കൽ വരെ കെയർ ടേക്കർമാർ അവളെ അനുഗമിച്ചു. മച്ചും ചുവരുകളും കർട്ടനുകളും. ഒന്നുമെഴുതാത്ത പരീക്ഷാ കടലാസ് പോലെ വെളുത്തുകിടന്നു........ ചുവപ്പിന്റെ ഒരു തുള്ളി അതിൽ വീണു ചിതറി. ശരീരത്തിന്റ ഏതോ ഒരു ബിന്ദുവിൽ നിന്നും ആദ്യ പെരുപ്പ് പൊട്ടി. പിന്നെ അത് നോവായി. രാസത്വരകങ്ങളുടെ ഉത്തേജന ത്താലെന്നപോലെ അത് പെരുകി. ഉടലാകെ നീണ്ടുനീണ്ടു പോയി... മാതാവിന്റെ മുന്നിലെ മെഴുകു നാളങ്ങൾ ഉരുകിയൊലിച്ചു. വെളിച്ച

ത്തിന്റെ പൊട്ടുകൾ... അതിലൊന്ന് അവളുടെ കണ്ണിലൂടെ തലച്ചോറിലേക്ക് കയറിച്ചെന്നു.. പിന്നെ അത് മേലാകെയും പടർന്നു... അവൾക്ക് വേദനിച്ചു. നരകത്തിന്റെ അഴുക്കുചാൽ പുറത്തേക്ക് ഒഴുകി.. പുളിയനുറുമ്പുകളും ഗന്ധകവും വെളിച്ചത്തിലേക്ക് ഊർന്നു.. വയറിന്മേൽ കൈകൾ അമർത്തി ഉറക്കെ നിലവിളിച്ചെങ്കിലും അവൾക്ക് പെറാനായില്ല. നഴ്സുമാരും ഡോക്ടർമാരും അവളെ ചുറ്റി നിന്ന് മുഖത്തോട് മുഖം നോക്കി. പിറവിയുടെ കവാടം കൊഴുത്ത രക്തത്താൽ അഭിഷിക്തമായി. അവൾ കിടന്നു.... പതിയെ പതിയെ ശബ്ദമടങ്ങി... ആലസ്യത്തോടെ കണ്ണുകളടച്ചു. തിയേറ്റർ ലാംപിന്റെ വെളിച്ചത്തിലേക്ക് ചോരയിലൂടെ ഒരു പൂണൂലും കൊന്തയും തൊപ്പിയും... ഒഴുകിവന്നു കോടതി മുറിയിലെ ചിരി അടങ്ങിയിരുന്നില്ല വിസ്താരക്കൂട്ടിൽ കയറി നിന്ന് അവർ സത്യമേ ബോധിപ്പിക്കുകയുള്ളൂവെന്ന് പ്രതിജ്ഞ ചെയ്യാനാരംഭിച്ചു......

മഴയിലേക്ക് തുറക്കുന്ന വീടുകൾ

പടിഞ്ഞാറേക്ക് ചാഞ്ഞു പെയ്ത ഒരു മഴയിലേക്ക് കുട നിവർത്തിയാണ് രാമൻകുട്ടി മുറ്റത്തേക്ക് ഇറങ്ങിയത്.

"എങ്ങോട്ടേക്കാ........"

തെരേസ നാലാമതും ഒരേ ചോദ്യം ആവർത്തിച്ചപ്പോഴാണ് അയാൾക്ക് മറുപടി പറയാൻ തോന്നിയത്.

"ടൗൺ വരെ.."

'എന്ത്നാ...' അവൾ അതിശയം കൂറുമെന്നും നേരത്തെ സൂചിപ്പിക്കാത്തതിലുള്ള പരിഭവം കാട്ടുമെന്നും അയാൾ കരുതിയെങ്കിലും അവളുടെ ശ്രദ്ധ മുഴുവനും കാറ്റത്ത് ചാഞ്ഞു പോയ ഒരു ഞാറമരത്തിന്റെ ചില്ലയിലായിരുന്നു. അയാളുടെ കുട മഴയിൽ നനഞ്ഞൊലിച്ച് വീടിന്റെ ഗേറ്റു കടന്ന് പോയ നേരത്താണ് ഞാറയുടെ ചാഞ്ഞ കൊമ്പിൽ നനഞ്ഞു നിന്ന ചിന്തകളെ തെരേസ വീണ്ടെടുത്തത്. അവൾ വിളിച്ചു ചോദിച്ചു. "ങ്ള്ങ്ങോട്ടാ........."

മഴപ്പെയ്ത്തിൽ കുതിർന്നുവീണു, അവളുടെ അന്വേഷണം. ചോദ്യം ആവർത്തിക്കാനാരംഭിക്കവേയാണ് മുറ്റത്തെ പുൽത്തകിടിയിൽ പരത്തിവച്ച സിമന്റിന്റെ വലിയ പൂപ്പാത്രത്തിലേക്ക് പെയ്ത് നിറയുന്ന മഴയെയും മഴയൊഴുക്കിലൂടെ പുഴയിലേക്കിറങ്ങിച്ചെല്ലാനുള്ള ആവേശവുമായി അതിൽ പരതി നടന്നിരുന്ന കുഞ്ഞൻ മീനുകളെയും പറ്റി അവൾ ഓർത്തത്.

അടുക്കളച്ചുവരിലെ ഒരാണിത്തറപ്പിൽനിന്നും ഒരു അരിപ്പയും വലിച്ചെടുത്ത് പ്ലാസ്റ്റിക്കിന്റെ ഒരു വലിയ പാത്രവുമായി അവൾ മഴയിലേക്കിറങ്ങി... അരിപ്പയുടെ വലക്കണ്ണികളിൽ കുടുങ്ങിക്കിടന്ന പൊടിമീനുകൾ സ്വാതന്ത്ര്യ മോഹത്തെ പരിത്യജിച്ച് ജീവിക്കാനുള്ള

പിടച്ചിലോടെ പ്ലാസ്റ്റിക് പാത്രത്തിലെ തെളി വെള്ളത്തിലേക്ക് ചാടി. തലങ്ങനെയും വിലങ്ങനെയും പെയ്തിറങ്ങിയ മഴയുടെ വലക്കണ്ണികളിൽ കുടുങ്ങിക്കിടന്നുകൊണ്ട് തെരേസ പൊടിമീനുകളുടെ സ്വാതന്ത്ര്യദാഹങ്ങൾക്ക് തടയിട്ടു. നരച്ച ശീലക്കുടയും നിവർത്തിപ്പിടിച്ച് മഴയിലേക്കിറങ്ങിപ്പോയ രാമൻ കുട്ടിയെ ഓർക്കാനവൾക്ക് സമയമുണ്ടായില്ല. തെരേസയുടെ വീടിനു ചുറ്റും മഴ, കാറ്റായും ഇടിമിന്നലായും പെയ്തു. മുറ്റത്തിന് അതിരിട്ടിരുന്ന കല്ക്കെട്ടിനെയും പൊളിച്ച് മഴ പുൽത്തകിടിയിലെ പച്ചപ്പിലേക്ക് കലങ്ങിയൊഴുകി ചെളിയുടെ മഞ്ഞളിപ്പുപടർത്തി. മണ്ണും കല്ലും ഉപയോഗിച്ച് അതിനെ തടഞ്ഞുവയ്ക്കാൻ അവൾ വല്ലാതെ പണിപ്പെട്ടു. മഴയൊഴുക്കിനെ തിരിച്ചു വിട്ടു മൺവെട്ടിയെ ചായ്പിന്റെ മൂലയിലുപേക്ഷിച്ച് തിരിയുമ്പോഴേക്കും കാറ്റിൽ ചാഞ്ഞുവീണ മഞ്ചാടി മരത്തിന്റെ ചില്ലകൾ കിഴക്കേ മുറിയിലെ ജാലകച്ചില്ല് പൊട്ടിച്ചിരുന്നു. വീശിയടിച്ച കാറ്റിലൂടെ മഴ വീട്ടിലേക്കും പെയ്തു.. ജനലിനോട് ചേർത്തു വച്ച മേശമേൽ രാമൻകുട്ടി തലേ രാത്രിയിലും അതിനു മുൻപത്തെ പകലിലുമായി വായിച്ച പുസ്തകം നനഞ്ഞ താളുകൾ വിടർത്തിക്കിടന്നിരുന്നു. മഴയിൽ കുതിർന്നുകിടന്ന താളുകൾ തെരേസ മടക്കിവച്ചു. അതിന്റെ ചുവപ്പുകലർന്ന പുറംചട്ടയിൽ തുറന്നുവച്ച വാതിലിലൂടെ മഴയിലേക്ക് കൺമിഴിച്ച് ഒരച്ഛനിരുന്നു. അദ്ദേഹത്തിന്റെ നരച്ച പുരികത്തിനുകിഴെ പെയ്തൊഴിയാൻ ഇനിയുമേറെയുണ്ടെന്ന ഓർമ്മപ്പെടുത്തലോടെ മേഘങ്ങൾ കറുത്തു നീലിച്ചു. ആ മുഖത്തിനു താഴെ ഒരച്ഛന്റെ ഓർമ്മക്കുറിപ്പുകൾ എന്നിങ്ങനെ വ്യഞ്ജനവും ചില്ലുമായ അക്ഷരങ്ങൾ നിരയില്ലാതെ കിടന്നു.

അന്നേരം അവൾ രാമൻകുട്ടിയെക്കുറിച്ചോർക്കുകയും അടുക്കളയലമാരിയിലെങ്ങോ മറന്നുവെച്ച ഫോണിനെ തിരയാൻ തുടങ്ങുകയും ചെയ്തു.

നരച്ച വിളക്കുവെട്ടത്തിലാണ് ഫുട്പാത്തിൽ നിന്നും രാമൻ കുട്ടി ആ പുസ്തകം വാങ്ങിയത്. മീത്തലും സെൽവനും മണിയപ്പനും കലന്തരും ദേവിയേടത്തിയും സരോജവും കർമ്മലയും അങ്ങനെ രണ്ട് ട്രാവലറുകൾ നിറയെ ആളുകൾ. രാവിലെ തന്നെ യാത്ര പുറപ്പെടുമ്പോൾ ഡ്രൈവറുടെ സീറ്റിനോട് ചേർന്ന സീറ്റിൽ രാമൻ കുട്ടിയിരുന്നിരുന്നു. കഴിഞ്ഞ സംസ്ഥാനസമ്മേളനത്തിന് പോയപ്പോൾ തൃശ്ശൂരുനിന്നും മീത്തൽ വാങ്ങിയ ഒരു സി ഡി യാത്രയിലുടനീളം പാടിക്കൊണ്ടേയിരിന്നു. പാട്ട് സഞ്ചരിച്ച വഴിയാകെ ചോരപ്പൂക്കൾ ചിതറി തെറിക്കുകയും മുതലാളിത്തത്തിന്റെ കോട്ടകൾ തകർന്നടിയുകയും ചെയ്തു... വർഗ്ഗസമരത്തിന്റെ രണഭേരികൾ സിരകളിലൂടെ പാഞ്ഞോടുകയും. ചോരച്ചാലുകളിൽ തീയാളുകയും ചെയ്തു.

“മണിയപ്പാ അവനോടതൊന്ന് നിർത്താൻ പറ...ന്ക്ക് കേട്ടിട്ട് വയ്യ.” ദേവിയേട്ടത്തി സീറ്റിൽ നിന്നും എണീറ്റു.

“ഇതാ ഇത്ട്... കൊടുങ്ങല്ലൂർ പൂരത്ത്ന് പോയപ്പ വാങ്ങിതാ.”

"ഇത്പ്പം തീർത്ഥാടനയാത്ര്യാ..... പഴയ വിപ്ലവ സിങ്കിന്യാ..... കലന്തപ്പേ ങ്ള് വീട്ടിള്ളോർക്ക് സ്റ്റഡിക്ളാസ് എടക്കില്ലേ..." മണിയപ്പൻ ചുണ്ടു കോട്ടി. കലന്തർ തലതിരിച്ച് ദേവിയേട്ടത്തിയെ നോക്കി.

അവർ ചുണ്ടുമലർത്തി ചിരിച്ചുകൊണ്ട് സീറ്റിലിരുന്നു. പിന്നെ അവരൊന്നും മിണ്ടിക്കണ്ടില്ല. വൈകുന്നേരമായിരുന്നു മണ്ഡപത്തിന്റെ ഉദ്ഘാടനം. മറൈൻ ഡ്രൈവിൽ നിന്നും കടലതിരോളം ബോട്ടുയാത്ര. ഉച്ചയ്ക്ക് വൈറ്റിലയിലെ വനിതാ ഹോട്ടലിൽ നിന്നും ഊണ്. പിന്നെ ഹിൽ പാലസ്. തെരേസയും രാമൻ കുട്ടിയും ഉല്ലാസവാന്മാരായിരുന്നു വെങ്കിലും ഇടയ്ക്കിടെ ഒരു ഓർമ്മയുടെ തള്ളൽ അവരെ നിശ്ശബ്ദരാക്കി.

പൂത്തുലഞ്ഞ ചുവന്ന റോസാച്ചെടികളാൽ രക്തസാക്ഷികളുടെ പൂന്തോട്ടം ചുവന്നു തുടുത്തിരുന്നു. ചുവന്ന വസന്തം... അഭിയുടെയും ശങ്കറിന്റെയും ചിത്രങ്ങൾ ആലേഖനം ചെയ്ത ചുവന്ന കൊടികളും തോരണങ്ങളും.....

പുൽത്തകിടിക്ക് നടുവിലായിരുന്നു അനാച്ഛാദനത്തിനായുള്ള പ്രതിമകൾ തീർത്തിരുന്നത്. മരിക്കുന്നില്ല നീ... ജീവിക്കുന്നു ഞങ്ങളിലൂടെ എന്ന് ആലേഖനംചെയ്ത ശിലാഖണ്ഡങ്ങളിൽ ചവിട്ടി നിന്നുകൊണ്ട് മരിച്ച ഒരുപാടുപേരുടെ പ്രതിമകൾ ആകാശത്തേക്ക് മുഷ്ടിചുരുട്ടി. അങ്ങനെയുള്ള പ്രതിമകളിൽ അവസാനത്തേതായിരുന്നു അവരുടേത്.. ചുവന്ന തിരശ്ശീലയാലവ മറച്ചിരുന്നു. അന്നേരം രാമൻകുട്ടി തൊടുപുഴയിലെ ആശുപത്രിയിൽ മരുന്ന് വാങ്ങാൻ പോയ ഉമ്മിണി പ്പെണ്ണിനെക്കുറിച്ചും കൈതച്ചക്കയുടെ വലിയ ലോഡുമായി മലയിറങ്ങിപ്പോയ നെൽസൺ ഡീക്കനെയും ഓർത്തു. മലയിറങ്ങി പ്പോയി തിരികെ വരാത്തവർ ഉടലോടെ വീര സ്വർഗ്ഗം പുല്കിയവർ...... 'ആത്മ സാക്ഷികൾ...' എന്ന പേര് അവർക്കു യോജിക്കുമോ... അവർക്ക് വേണ്ടിയും ഒരു പൂന്തോട്ടമുണ്ടാകണമെന്ന് അയാൾ കരുതി... സ്റ്റേജിലെ ചുവന്ന പിൻ കർട്ടൻ നിറഞ്ഞ് രണ്ടാളുടെയും വലിയ ചിത്രങ്ങൾ... തന്റെ മകന് ഇത്രേം നിറോം സൗന്ദര്യോം ഉണ്ടായിരുന്നില്ലായെന്ന് തെരേസയ്ക്ക് തോന്നി. മരണം മകനെ സുന്ദരനാക്കിയിരിക്കുന്നു! തെരേസയ്ക്ക് കരയണമെന്നു തോന്നി. അവൾ രാമൻകുട്ടിയുടെ ചുമലിലേക്ക് ചാഞ്ഞു.

'നേരെയിരിക്ക്' എന്ന ശകാരത്തോടെ അയാൾ ചുമൽ വെട്ടിച്ചു. സ്വാഗത പ്രസംഗം രാഘവൻമാഷിന്റേതായിരുന്നു. അന്ന് ആംബുലൻ സിൽ നിന്നും ചുവന്ന പതാകയിൽപ്പൊതിഞ്ഞ അഭിയെ രാമൻ കുട്ടിയെ ഏല്പിച്ചത് രാഘവൻ മാഷായിരുന്നു. വളരെ ഹ്രസ്വമായ വാക്കുകളിലൂ ടെ അഭിയും ശങ്കറും വലിയ പോരാളികളായായിരുന്നെന്നും ഓരോ അച്ഛ നും ആഗ്രഹിക്കേണ്ടത് ഇതുപോലുള്ള മക്കളുടെ അച്ഛനാവാൻ വേണ്ടിയാണെന്നും ഇങ്ങനെയുള്ള മക്കളെ പ്രസവിച്ച അമ്മമാർ ഭാഗ്യവതികളാണ് എന്നും അയാൾ പറഞ്ഞവസാനിപ്പിച്ചു.

"അയാൾക്ക് ഇത്രേ പ്രസംഗിക്കാനറിയാവൂ." അടുത്തിരുന്ന സരോജം തെരേസയുടെ ചെവിയിലേക്ക് മുഖം താഴ്ത്തി ചോദിച്ചു.

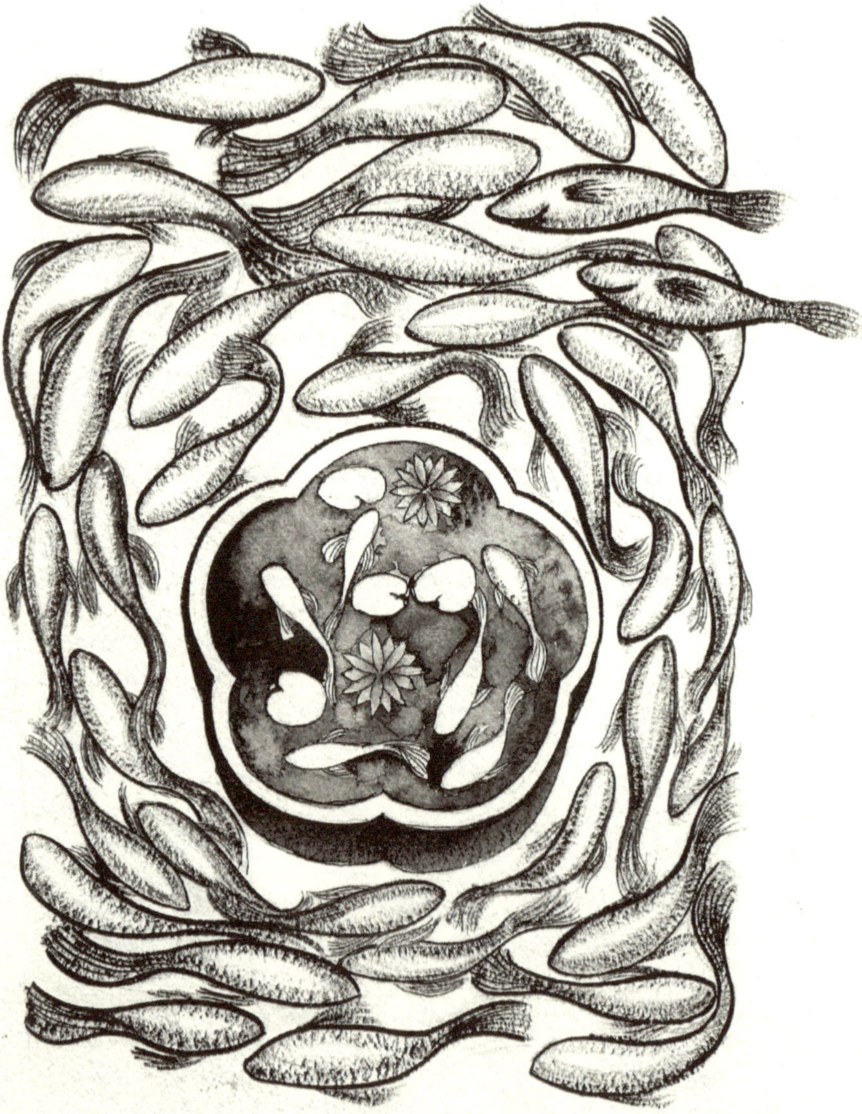

ദളവാപുരത്ത് അഭിയുടെ ഓർമ്മയ്ക്കായി നിർമ്മിച്ചു നല്കിയ, മുറ്റത്ത് പുൽത്തകിടിയും ഊഞ്ഞാലുമുള്ള ചുവപ്പു വീടിന്റെ താക്കോൽ കൈമാറ്റത്തിനു മുന്നോടിയായി നടന്നചടങ്ങിലും അയാൾ ഇതുതന്നെയായിരുന്നു പറഞ്ഞത്. വേദിയിൽ ഉയർന്നുകേട്ട വലിയ ഹർഷാരവങ്ങൾക്കിടയിൽ സെക്രട്ടറി എണീറ്റു. "ആദ്യം അനാച്ഛാദനം. സംസാരം പിന്നെയാവാം..."

തർക്കമുണ്ടായില്ല. വേദിയുടെ പടവുകളൊന്നൊന്നായി അദ്ദേഹം ഇറങ്ങി. ചുവപ്പു കംബളം നീട്ടി വിരിച്ച വഴിയിലൂടെ മുന്നോട്ടു നടന്നു. വെള്ളമുണ്ടും മഞ്ഞ ഷർട്ടുമിട്ട ഒരു വെളുത്ത മനുഷ്യൻ വലതു കാൽ ഏന്തി വലിച്ച് അദ്ദേഹത്തെ അനുധാവനം ചെയ്തു. മുൻ നിരയിലെ വലതു വശത്തെ ഒന്നാമത്തെ ഇരിപ്പിടത്തിലായിരുന്നു രാമൻകുട്ടി. അയാൾ രാമൻകുട്ടിയെ അദ്ദേഹത്തിനു ചൂണ്ടിക്കൊടുത്തു. രാമൻകുട്ടിയെ നോക്കി കൈയുയർത്തി അഭിവാദ്യം ചെയ്തുകൊണ്ട് അദ്ദേഹം മുന്നോട്ടു നടന്നു.

ചുവന്നതിരശ്ശീലയുടെ വലിച്ചു നീക്കിയ വിടവിൽ അഭി ചിരിച്ചു നിന്നു. ശിലാഖണ്ഡത്തിന്റെ നാലു വശത്തുംഅവന്റെ ചിരിച്ച മുഖം ചില്ലിട്ടു വച്ചിരുന്നു. ചുണ്ടു ചിരിക്കുന്നതിനേക്കാൾ മുന്നേ ചിരിച്ചു തുടങ്ങുന്ന കണ്ണുകൾ. ചിരിക്കുമ്പോൾതെളിയുന്ന തെറ്റു പല്ലുകൾ പോലും അതേപടി പകർത്തിയിരിക്കുന്നു.

"നമ്മടെ അഭിക്ക് ജീവൻ വച്ച പോലെ." ദേവിയേടത്തി വിസ്മയിച്ചു. ഉയർന്നുപൊങ്ങിയ ഇങ്കിലാബിന്റെ മുദ്രാവാക്യങ്ങൾ ആകാശത്തെയും തുളച്ച് നക്ഷത്രങ്ങളിലേക്ക് കയറിച്ചെന്നു. തന്റെ മുലകൾ ചുരന്നു തുടങ്ങിയ പോലെ തെരേസയ്ക്കുതോന്നി.

"നോക്ക ആരായി പ്രതിമേണ്ടാക്കിത്... നമ്മടെ അഭി ഇങ്ങനെയാണോ..... ഒട്ടും ശരിയായ് ല....."

രാമൻ കുട്ടിയുടെ ശബ്ദത്തിൽ നിരാശ കലർന്നു. തെരേസ വിസ്മയത്തോടെ അയാളെ നോക്കി. വേദിയിലേക്കുള്ള മടക്കയാത്രയിൽ സെക്രട്ടറി രാമൻകുട്ടിയുടെ അടുത്തെത്തി ചുമലിൽ ആശ്വസിപ്പിക്കാനെന്നോണം തട്ടുകയും അഭിവാദ്യം ചെയ്യുകയും ചെയ്തു. അന്നേരമാണ് മഞ്ഞ ഉടുപ്പിട്ട മനുഷ്യന്റെ കൃത്രിമമായി വച്ചു പിടിപ്പിച്ച വലതു കാല് അവൾ കണ്ടത്."

"നല്ല മനുഷേൻ..... അയാളെക്കണ്ടാൽ കാലില്ലാത്തേന്ന് തോന്നില്ല." കർമ്മല നെടുവീർപ്പിട്ടു.

നിറഞ്ഞ കരഘോഷത്തിനിടയിൽ സെക്രട്ടറി പ്രസംഗം ആരംഭിച്ചു. മഞ്ഞ ഷർട്ടിട്ട മനുഷ്യൻ അദ്ദേഹത്തിനു തൊട്ടു പിന്നിലായിത്തന്നെ നിലയുറപ്പിച്ചിരുന്നു..

"എണീക്ക് വാ..... നമ്മക്ക് പോവാം..." തെരേസയുടെ മറുപടിക്ക് കാക്കാതെ രാമൻകുട്ടി മുന്നോട്ടു നടന്നു..

"അപ്പനമ്മള് വന്ന വണ്ടി.. അവർട് പറേണ്ടേ"

അയാൾ അത് കേട്ടതായി നടിച്ചില്ല. പൊലീസുകാർക്കിടയിലൂടെ തിക്കിത്തിരക്കി തെരേസയുടെ വിരലും പിടിച്ച് അയാൾ മുൻപേ നടന്നു. മൈതാനത്തിലെ തിരക്കിനെ കടക്കാൻ അര മണിക്കൂറോളം എടുത്തു. ഫുട്പാത്തിൽ തൂക്കിയിട്ട എൽ ഇ ഡി ലൈറ്റിന്റെ വെളിച്ചത്തിൽ പരന്നു കിടന്ന അസംഖ്യം പുസ്തകങ്ങൾക്കിടയിൽ നിന്നാണ് രാമൻ കുട്ടി ആ പുസ്തകം തെരഞ്ഞെടുത്തത്. നരച്ച പുരികത്തിനു താഴെ പ്രതീക്ഷ അസ്തമിക്കാത്ത കണ്ണുകളുമായി ഒരച്ഛൻ ഓർമ്മകളെ ഓർത്തുകൊണ്ടിരിക്കുന്നു. കാശ് നീട്ടിയപ്പോൾ കച്ചവടക്കാരൻ പറഞ്ഞു: "വേണ്ട.... ചേട്ടാ...."

രാമൻകുട്ടി വിസ്മയത്തോടെ അയാളെ നോക്കി.

"നിങ്ങൾ ആ പയ്യന്റെ അച്ഛനും അമ്മേം അല്ലേ..... ഞാമ്പത്രത്തിൽ കണ്ടാര്ന്നു..... ഈ റോഡിലാ അവൻ വെട്ടേറ്റ് വീണത്..." അയാൾ തെരുവിന്റെ ഒത്ത നടുവിലേക്ക് വിരൽ ചൂണ്ടി "മറ്റേ പയ്യൻ അതിനകത്താ....."

കാക്കി നിറമുള്ള ഒരു കവറിൽ പുസ്തകം കയറ്റുന്നതിനിടയിൽ അയാൾ പറഞ്ഞു.

ബസിലെ സീറ്റുകൾ പകുതിയും കാലിയായിരുന്നു. തീവണ്ടിയാപ്പീസിൽ നിന്നും കയറിയവർ നഗരത്തിലെ ഹോട്ടലുകളിലും ആശുപത്രികളിൽനിന്നും പണി കഴിഞ്ഞിറങ്ങിയവർ. അങ്ങനെ കുറച്ചുപേർ. മൂന്നുപേർക്കുള്ള സീറ്റിൽ അയാളും തെരസയും. തണുത്ത ഇരുട്ടുപോലെ പൊതിഞ്ഞു നിന്ന നിശ്ശബ്ദതയ്ക്കൊടുവിൽ. അയാൾ ചോദിച്ചു. "തെരേസ... അയ്യാളെ... അറിയാമോ നിനക്ക്..."

"ആരെ......:"

"ആ മഞ്ഞ ഉടുപ്പിട്ടയാളെ.... ന്നെ പരിചയപ്പെട്ത്തിയ..."

വേദിയിലെ നിറഞ്ഞ ചുവപ്പിൽ ഒരു മഞ്ഞ ശലഭത്തെപ്പോലെ കൃത്രിമക്കാലും വലിച്ചേന്തിയുള്ള അയാളുടെ നടപ്പിനും ഉണ്ടായിരുന്നു ഒരു ഭംഗി.

ആരാദ്..... ചോദിക്കണെന്ന് കരുതിരുന്നു.

"അത്...." രാമൻകുട്ടിയുടെ ഓർമ്മകളിൽ ചോരചിതറി മുറിച്ചെടുത്ത കാലിൽ നിന്നും ഇറ്റു വീണ ചോരപുരണ്ട് സുലൈമാനും രാമൻകുട്ടിയും മുഷിഞ്ഞിരുന്നു...... മുതലാളി വർഗ്ഗം തുലയട്ടെ... തൊഴിലാളി വർഗ്ഗം പുലരട്ടെ ഞങ്ങളിലൊന്നിനെ ചവിട്ടിയെന്നാൽ അക്കാല് ഞങ്ങൾ വെട്ടിയെടുക്കും കട്ടായം വേദനിക്കുന്ന അടി വയറിൽ അമർത്തിപ്പിടിച്ച് ആകാശത്തേക്ക് മുഷ്ടി ചുരുട്ടി ഉമ്മിണിപ്പെണ്ണാണ് അത് തുടങ്ങിയത്. നെൽസൻ ഡീക്കൻ അതേറ്റു വിളിച്ചു. പിന്നെ അത് പലരിലേക്കും പകർന്നു. മുദ്രാവാക്യങ്ങൾ കുന്നുകളിൽ തട്ടി പ്രതിദ്ധ്വനിച്ചു.... പിറ്റേന്ന് തൊടുപുഴയിലെ ആസ്പത്രിയിലേക്ക് പോയതായിരുന്നു ഉമ്മിണിപ്പെണ്ണ്. തിരികെ വന്നില്ല. ഒരാഴ്ചയ്ക്കു ശേഷം തൊടുപുഴയിലേക്ക് കൈതച്ചക്കയുടെ ലോഡുമായിപ്പോയ നെൽസനും മടങ്ങി വന്നില്ല...

പക്ഷേ, പൊയ്ക്കാലിന്റെ തൊഴിയേറ്റ് ആരുടെയൊക്കെയോ അടിവയറുകൾ പിന്നെയും പലവട്ടം കലങ്ങി.

രാമൻ കുട്ടി തെരേസയെ കണ്ടുമുട്ടുന്നതിനും മുമ്പുള്ള കാലമായിരുന്നു അത്. അതുകൊണ്ട് തെരേസയ്ക്ക് മഞ്ഞ ഉടുപ്പിട്ട ആ മനുഷ്യനുമായി ചേർത്തു വയ്ക്കാൻ ഓർമ്മകളുണ്ടായില്ല. പീരുമേടിൽ നിന്നും കാഞ്ഞിരപ്പള്ളിയിലേക്ക് രാമൻ കുട്ടി എത്തുമ്പോൾ തെരേസ ജോയലച്ചന്റെ സുവിശേഷ യോഗത്തിൽ പങ്കെടുത്ത് മടങ്ങുകയായിരുന്നു. കുട്ടിക്കാനത്തെ എസ് കെ വി തിയറ്ററിൽ നിന്നും മോഹൻ ലാലിന്റെ *നമുക്കു പാർക്കാൻ മുന്തിരിതോപ്പുകളു*ടെ സെക്കന്റ് ഷോയും കണ്ട് ആദ്യ വണ്ടിക്ക് കാഞ്ഞിരപ്പള്ളിയിലേക്ക് ഒളിച്ചു പാർക്കാനെത്തിയതായിരുന്നു രാമൻകുട്ടി. ബസിൽ രാമൻ കുട്ടിക്ക് ഇരിക്കാൻ ഇടം കിട്ടിയത് അവൾക്കടുത്തായിരുന്നു..

വെളുത്ത പാവാടയും ജാക്കറ്റും അവളുടെ ഇരുണ്ട ഉടലിന് അങ്ങേയറ്റം യോജിക്കുന്നുവെന്ന് അയാൾക്കു തോന്നി. പിറ്റേന്നും അതിന്റെ പിറ്റേന്നും അയാൾ അവൾക്കരികിലിരുന്ന് അതേ ബസിൽ യാത്ര ചെയ്തു. സുവിശേഷത്തിന്റെ മൂന്നാം നാൾ യാത്രയ്ക്കിടയിൽ രാമൻ കുട്ടി തെരേസയെ ഗ്രാമങ്ങളിലേക്ക് രാപാർക്കാൻ ക്ഷണിക്കുകയും ഒരക്ഷരം മിണ്ടാതെ നെഞ്ചോടു ചേർത്തു പിടിച്ച ബൈബിളുമായി തെരേസ പളനി മൊട്ട എന്ന ഉൾഗ്രാമത്തിലേക്ക് രാമൻകുട്ടിയോടൊപ്പം രാപാർക്കാൻ തുടങ്ങുകയും ചെയ്തു. പിന്നീട് തെരേസ ബൈബിൾ വായിച്ചില്ല. രാമൻ കുട്ടിയുടെ തകരപ്പെട്ടിയിലെ പുറംചട്ട നഷ്ടപ്പെട്ട കമ്മ്യൂണിസ്റ്റ് മാനിഫെസ്റ്റോയോടൊപ്പം അത് സഹശയനം ചെയ്തു.

അഭിയുടെ മരണത്തിന്റെ എട്ടാം മാസമായിരുന്നു തെരേസ പിന്നെയും ആ പുസ്തകങ്ങൾ കൈകൊണ്ടു തൊട്ടത്. ചുവന്ന വീട്ടിലേക്ക് താമസം മാറ്റും വരെയും ആ തകരപ്പെട്ടി കസ്തൂർബ നഗർ കോളനിയിലെ തേച്ചു മിനുക്കാത്ത ചുവരും തകര മേല്ക്കൂരയുമുള്ള വീട്ടിന്റെ പഴന്തുണികൾ കൂട്ടിയിട്ട ഒരു മൂലയിൽ ആരുടേയും കരസ്പർശമേല്ക്കാതെ കിടന്നു. കസ്തൂർബാ നഗറിൽ നിന്നും കൊണ്ടുവരാൻ അധികമൊന്നും ഉണ്ടായിരുന്നില്ല.. കുറേ പുസ്തകങ്ങൾ മാത്രം ആ തകരപ്പെട്ടി ഉപേക്ഷിച്ചുപോരാൻ അവൾക്ക് മനസ്സു വന്നില്ല.

എറണാകുളത്തുനിന്നും മടങ്ങിയെത്തിയ രാത്രിയിൽ ചെഗുവരെയുടെയും അഭിയുടെയും ചിത്രങ്ങൾ ഇടകലർത്തി വച്ചിരുന്ന ആ മുറിയിലേക്ക് രാമൻകുട്ടി കയറിപ്പോകയും രാത്രി മുഴുവൻ ഏങ്ങലടിച്ചു കരയുകയും ചെയ്തു. മുറിയിൽ നിന്നും ഉയർന്ന തേങ്ങലുകൾ കേട്ട് അവിടേക്ക് ചെന്ന തേരേസയുടെ നെഞ്ചിലേക്ക് തലയുരുട്ടി അയാൾ ഉറക്കെ കരഞ്ഞു. തെരേസയ്ക്കും കരച്ചിൽ വന്നു. ചായയും ഇഡ്ഡലിയുമായി പല തവണ തെരേസയ്ക്ക് അയാളുടെ ആ മുറിയിലേക്കു വരേണ്ടി വന്നു. ഓരോതവണ വരുമ്പോഴും മുറിയാകെ നിറഞ്ഞു നിന്ന തെറുപ്പു ബീഡിപ്പുക അവളെ ശ്വാസം മുട്ടിച്ചു. വലിച്ചു വാരിയിട്ട

പുസ്തങ്ങൾക്കിടയിലിരുന്ന അയാൾ പിന്നെ അവളെ ശ്രദ്ധിച്ചില്ല. ഒരാൾക്ക് ഒരുപാട് പുസ്തകങ്ങൾ ഒരേ സമയം വായിക്കാനാവുന്നത് ഏങ്ങനെ എന്ന് അവൾ സ്വയം ചോദിച്ചു. രാമൻ കുട്ടിക്കായി കാത്തു വച്ചിരുന്ന ചീത്ത വാക്കുകളെ തെരേസയ്ക്കുമുന്നിൽ സമർപ്പിച്ച് മടങ്ങിപ്പോകുമ്പോൾ മീത്തലിനോടും മണിയപ്പനോടും അവൾ അതേ ചോദ്യം ആവർത്തിച്ചു...

രാമൻകുട്ടി പോയ വഴിയാകെയും മഴയായിരുന്നു. ബസിനകത്തേ ക്കും മഴ ചിതറി വീണിരുന്നു. നനവ് തീരെ തോന്നാത്ത ഒരു സീറ്റിൽ അയാൾ ഇടം പിടിച്ചു. മുമ്പിരുന്ന ആരോ ഉപേക്ഷിച്ച ഇളം ചൂട് അവിടെ ബാക്കി കിടന്നു. ഒരു കിളിക്കുഞ്ഞിനെപ്പോലെ ആ ചൂടിൽ പതിഞ്ഞിരുന്ന് അയാൾ യാത്ര തുടർന്നു.ജയിലിനു മുൻപിൽ വണ്ടിയിറങ്ങുമ്പോഴും മഴ ശമിച്ചില്ല. ജയിലിനു ചുറ്റും മഴയായിരുന്നു. വലിയ കമാനത്തിനു താഴെ മഴയൊഴിഞ്ഞ് നിന്ന പാറാവുകാരൻ ചോദ്യഭാവത്തിൽ അയാളെ നോക്കി. "എനിക്ക്......" രാമൻ കുട്ടി വിക്കി.....

"എനിക്ക് ആ കൊച്ചനെ ഒന്നു കാണണം..."

"ആരെ........."

"ന്റെ മകനെ കൊന്നോനെ......"

അയാളുടെ മുഖം ഗൗരവം പൂണ്ടു.

"ആരാങ്ങ്ടെ മോൻ"

"അഭി....... അഭി..? ഓ രാജാസിലെ പയ്യൻ..."

"ഉം...... നിങ്ങളാരാ.......?"

"ഞാൻ അവന്റ അച്ഛൻ......"

അയാളുടെ മുഖത്തെ ഗാരവം അലിഞ്ഞു. അയാൾ അലിവുള്ളവനായി "അബന് ന്നലെ ജാമ്യം കിട്ടിയല്ലാ... ആ ചെറ്ക്കൻ പോയി...ന്റെ ചേട്ടാ ങ്ക്കി ല്ലാണ്ടായി. അബന്പ്പം കടല് കടന്ന് ട്ടുണ്ടാവും........ കേസൊക്കെ തീർന്നില്ലേ..."

ഒരു നിമിഷം രാമൻ കുട്ടി പകച്ചു....എന്തിനായിരുന്നു ഞാനവനെ കാണണമെന്നോർത്തത്. ഒന്നിനുമല്ല. ചിലത് പറയണം... മുഖദാവിൽ. കമാനത്തിന് കീഴെയുള്ള കല്ക്കെട്ടിൽ അയാളിരുന്നു. മഴ ശമിക്കുന്നില്ല. അയാൾ എണീറ്റു.

"അവൻ എന്നെങ്കിലും മടങ്ങി വരുന്ന്ണ്ടെങ്കിൽ പറയണം..... നിക്ക് കേസില്ലാന്ന്...." വഴിയാകെ കുത്തിക്കിളച്ചാണ് മഴ ഒഴുകുന്നത്...... മഴപ്പെയ്ത്തിനെ തടുക്കാൻ കുടയ്ക്കാവുന്നില്ല. എന്നിട്ടും ആ മഴ അയാളെ തണുപ്പിച്ചില്ല. അയാൾ വിയർത്തു. പിന്നെ റോഡു വക്കിലുള്ള ഒരു ജ്യൂസു കടയുടെ മരബഞ്ചിൽ കുത്തിയിരുന്നു. "ഒരു സർബത്ത്.... ഐസ് വേണ്ടോളം ഇട്ടോളൂ" അയാൾ നീട്ടിപ്പറഞ്ഞു. കടക്കാരൻ രാമൻ കുട്ടിയെ തുറിച്ചു നോക്കി.

"എന്താ വേണ്ടേ...."

“സർബത്ത് നല്ലോണം ഐസിട്ടത്.” രാമൻ കുട്ടി ആവർത്തിച്ചു. സർബത്തു വന്നു

“എവിടേക്കാ...” കടക്കാരൻ

എവിടേക്കാ... രാമൻ കുട്ടിക്കും നിശ്ചയമുണ്ടായില്ല. അയാൾ പതിയെ പതിയെ സർബത്ത് മൊത്തിക്കുടിച്ചു..പിന്നെ മഴയിലേക്ക് ഇറങ്ങിനടന്നു..... മഴയിൽ നനഞ്ഞൊലിച്ച മറ്റൊരു വീട്. ആ വീട്ടിനകത്തും മഴ പെയ്തിരിക്കുന്നു. പുസ്തകങ്ങൾ മേശമേൽ ചിതറിക്കിടന്നു. ചാരുകസാലയിലെ നനഞ്ഞ കൈപ്പിടിയിൽ താളുകളും പുറം ചട്ടയും നനഞ്ഞ ഒരു പുസ്തകം അതിന്ന് മീതെയും സ്വരവും വ്യഞ്ജനവുമായി ഒരച്ഛന്റെ ഓർമ്മകൾ നനഞ്ഞു കിടന്നു. ശബ്ദമില്ലാത്ത മഴയിലേക്ക് തുറന്നുവച്ച ഒരു വാതിലിനു നേരെതിരിച്ചു വച്ച ചാരുകസാലയിലേക്ക് തലചായ്ച്ചാണ് അയാൾ കിടന്നിരുന്നത്. കസേരയിൽനിന്നും തല അല്പം ഉയർത്തി രാമൻകുട്ടിയെ നോക്കി നനഞ്ഞു കിടന്ന മരസ്റ്റൂളിലേക്ക് വിരൽ ചൂണ്ടി. ഇക്കണ്ട മഴയൊന്നും മഴയല്ലാന്നും മഴ മുഴുവനും അയാളുടെ കണ്ണുകളിലാണെന്നും അവയുടെ കലക്കം രാമൻ കുട്ടിയെ ഓർമ്മിപ്പിച്ചു.. അയാൾ ചൂണ്ടിക്കാണിച്ച മര സ്റ്റൂളിൽ രാമൻകുട്ടി കുത്തിയിരുന്നു. ഏറെ നേരം ഒന്നും മിണ്ടാതെ. രാത്രി ഓട്സിന്റെ രണ്ട് കുമ്പിൾ കഞ്ഞിയുമായി ജോലിക്കാരൻ വന്നു. ഒന്ന് രാമൻ കുട്ടിക്ക് മുന്നിൽ അരപേസിൽ വച്ചു മറ്റേത് ചാരു കസാലയുടെ കൈപ്പിടിയിലും... ഓട്സ് തണുത്തു ആറി. രാത്രിയും തണുത്തു. സ്റ്റൂളിലും ചാരു കസാലയിലുമായി രാത്രി നീണ്ടു. വെളുക്കുവോളം രണ്ടു പേരും ഒന്നും മിണ്ടിയില്ല. ഉറങ്ങിയുമില്ല. വെളിച്ചം വീണു തുടങ്ങിയപ്പോഴേക്കും രാമൻ കുട്ടി ഇറങ്ങി. അപ്പോൾ മാത്രം അയാൾ വായ് തുറന്നു.

“പോയിരുന്നോ പ്രതിമ കാണാൻ..”

“ഉം..... ”

“ഞാൻ വന്നില്ല...”

“അത് നന്നായി.... ഞാനവനെ നിർബ്ബന്ധിച്ചതാ. മെഡിസിനു പോവാൻ...... അവൻ പോയില്ല..... രക്തം കണ്ടാ തലകറങ്ങും......”

അയാൾ മഴയിലേക്കു തന്നെ മുഖം തിരിച്ചു.

“തെറ്റ് ശീലിക്കാൻ പഠിപ്പിച്ചില്ല...” മഴ പതിഞ്ഞു.

“ഇറങ്ങുകയായോ.....”

“ഉം...”

“കുടയെടുത്തിട്ടുണ്ടോ. ഞാനാ പയ്യനെതിരെയുള്ള പരാതി പിൻവലിക്കുന്നു.......”

“ഞാനും...... ജയിലിൽ ചെന്നിരുന്നു. അവൻ പോയി”

“പോവട്ടെ. മഴയ്ക്ക് തണുപ്പ് തീരെ ഇല്ല.....?”

മറുപടി പറയാതെ അയാൾ ഇറങ്ങി.

വീടെത്തുമ്പോഴും മഴ അവസാനിച്ചില്ല.. ചെളിപുരണ്ട പുൽത്തകി

ടിക്കു മീതെ സ്വാതന്ത്ര്യം കാംക്ഷിച്ച് മഴയിലേക്കിറങ്ങിപ്പുറപ്പെട്ട ഗപ്പികളുടെ ശവം കാക്കകൾ കൊത്തിപ്പെറുക്കാൻ തുടങ്ങിയിരുന്നു. വാതിലുകളും ജനലുകളും തുറന്നു കിടന്നിരുന്നു. അടർന്നു വീണ ഇലകളും ചെറു ചില്ലകളും കൊണ്ട് വീട്ടിനകം നാശമായിരിക്കുന്നു. മഴവെള്ളത്തിൽ തെന്നി വീഴാതിരിക്കാൻ അയാൾ ചുവരിൽ കൈയമർത്തി. അടുക്കളയിലും പിന്നാമ്പുറത്തും തേരേസ ഉണ്ടായിരുന്നില്ല. കട്ടിലിനടിയിൽ ഭദ്രമായി സൂക്ഷിച്ചിരുന്ന തകരപ്പെട്ടി മേശമേൽ അടച്ചുവച്ചിരുന്നു. അതിന്റെ തുരുമ്പിച്ച ഇരുട്ടിൽ ഇരുപതു വർഷങ്ങൾ തന്നെ കാത്തു കിടക്കുന്നുണ്ടാവും എന്നയാൾക്കുതോന്നി. അയാളതു വലിച്ചു തുറന്നു. പരസ്പര ചുംബിതങ്ങളായിക്കിടന്ന രണ്ട് പുസ്തകങ്ങളിൽ പുറം ചട്ടയില്ലാത്ത ഒന്ന് മാത്രമേ അതിനകത്ത് ഉണ്ടായിരുന്നുള്ളൂ. അതിനെ അയാൾ വലിച്ചെടുത്തു. അതിന്റെ നിറം മങ്ങിയ താളിലേക്ക് മുഖമമർത്തി.

‘‘തെരേസാ......’’ അയാൾ ഉറക്കെ വിളിച്ചു. തലങ്ങനെയും വിലങ്ങനെയും പെയ്ത മഴയുടെ വലക്കണ്ണികളിൽ കുടുങ്ങിക്കിടന്ന വേദപുസ്തകം വായിക്കുകയായിരുന്നു അവൾ...

പവിഴമല്ലിച്ചോട്ടിലെ കുതിര

കുട്ടിക്ക് ആ പാർക്ക് ഒരുപാട് ഇഷ്ടമായിരുന്നു. കുട്ടി മുമ്പെങ്ങും കണ്ടിട്ടില്ലാത്ത തരത്തിലുള്ള പൂക്കളും വല്ലികളും മരങ്ങളും, ചെടികളും കൊണ്ട് സമൃദ്ധമായിരുന്നു അവിടം. ഇളം പച്ചനിറത്തിലുള്ള പുല്ത്തഴപ്പുകൾക്കിടയിൽ ഉയർത്തി നാട്ടിയ ലോഹക്കമ്പികളിലെ ഉരുണ്ട വൈദ്യുതവിളക്കുകൾ... ചങ്ങലകളിൽ തൂങ്ങിക്കിടക്കുന്ന മര ഊഞ്ഞാലുകൾ..... ലംബമായും തിരശ്ചീനമായും കറങ്ങിക്കൊണ്ടിരിക്കുന്ന കറങ്ങുഞ്ഞാലുകൾ, നിരങ്ങ് പലകകൾ... അങ്ങനെയങ്ങനെ രസകരമായ കളിപ്പാട്ടങ്ങൾ. ഇവയെല്ലാമുണ്ടെങ്കിലും പവിഴമല്ലിപ്പൂക്കൾ ചിതറിക്കിടന്ന ഒരുതണലിൽ ഉറപ്പിച്ചിരുന്ന ഒരു വലിയ മരക്കുതിരയെയായിരുന്നു കുട്ടിക്ക് ഏറെ ഇഷ്ടം. ഉടലാകെ വെളുത്ത ചായം പൂശിയിരുന്ന അതിന്, ചുവന്ന മുഖപ്പട്ടയും, കഴുത്തിൽ സ്വർണ്ണ വളയങ്ങളുമുണ്ടായിരുന്നു, കുട്ടിയുടെ അമ്മാമ്മയുടെ വീട്ടിലും ഇതു മാതിരി പവിഴമല്ലിപ്പൂക്കൾ ചിതറി വീണുകിടക്കുന്ന തണലുകൾ ഉണ്ടായിരുന്നു. നഗരത്തിലേക്ക് അമ്മയോടൊപ്പം വരുന്നതിനു മുൻപ് കുട്ടി താമസിച്ചിരുന്നത് അമ്മാമ്മയോടൊപ്പമായിരുന്നു. ഒരു വൈകുന്നേരം കുട്ടി സ്കൂളിൽ നിന്നെത്തുമ്പോൾ അമ്മാമ്മ അടുക്കളത്തിണ്ണയിൽ മരിച്ചു കിടക്കുകയായിരുന്നു. അവരുടെ വിരലുകൾക്കിടയിൽ, അയലത്തുകാരാരോ നല്കിയ, നെയ്യപ്പത്തിന്റെ ഒരുതുണ്ട് കുട്ടിക്കായി കരുതിവച്ചിരുന്നു. അമ്മാമ്മയുടെ ചുണ്ടുകളിൽ പറ്റിപ്പിടിച്ചിരുന്ന ചോണനുറുമ്പ് നെയ്യപ്പത്തെ തൊട്ടിരുന്നതേയില്ല. കമ്പുപോലെ ആയിപ്പോയ വിരലുകൾക്കിടയിൽ നിന്നും ബലം പ്രയോഗിച്ച് ആരോ അതിനെയെടുത്ത് ദൂരേക്ക് എറിഞ്ഞു. പിറ്റേദിവസം ചിതറിക്കിടന്ന പവിഴമല്ലിപ്പൂവുകൾക്കിടയിൽ ഉറുമ്പുകൾപൊതിഞ്ഞ ഒരു നെയ്യപ്പത്തുണ്ട് കുട്ടി കണ്ടിരുന്നു. പവിഴമല്ലിയുടെ മണമുള്ള പാർക്കിലെ

തണൽ കുട്ടിയുടെ ഓർമ്മകളെ എല്ലായ്പ്പോഴും മധുരമുള്ള ഒരു സങ്കടത്തിലേക്ക് കൊണ്ടു ചെന്നെത്തിച്ചു.

കുട്ടിയുടെ അമ്മാമ്മയ്ക്ക് ഒരു കഥ മാത്രമേ അറിയുമായിരുന്നുള്ളൂ. രാക്ഷസനെ തോല്പിച്ച് രാജ്യത്തെ രക്ഷിച്ച രാജകുമാരിയുടെ കഥ. എന്നും ഒരേ കഥ കേട്ടുതന്നെ കുട്ടി ഉറങ്ങി. പക്ഷേ, പലതവണ കേട്ടിട്ടും ആ കഥ കുട്ടിക്ക് വിരസമായി തോന്നിയിരുന്നതേയില്ല. ഓരോതവണ പറയുമ്പോഴും അതിന് ഓരോ അർത്ഥവും മട്ടുമായിരുന്നു.

പവിഴമല്ലിച്ചോട്ടിലെ കുതിരയുടെ വശത്തായി ഉറപ്പിച്ചിരുന്ന ചെറിയ ലോഹപ്പടികൾ ചവിട്ടിക്കയറി അതിനുമീതെ വിരിച്ചിട്ട കുഷ്യനിൽ അമർന്നിരുന്ന് അതിന്റെ കടിഞ്ഞാൺ വലിക്കുമ്പോൾ അത് മുന്നിലേക്കും പിന്നിലേക്കും ആയാൻ തുടങ്ങും കാറ്റിൽ അതിന്റെ കുഞ്ചിരോമങ്ങളും വാലും ഉലയും.

അപ്പോഴൊക്കെയും കുട്ടി അമ്മാമ്മ പറഞ്ഞു തന്ന കഥയിലെ രാക്ഷസനെ കൊന്ന് രാജ്യം രക്ഷിച്ച രാജകുമാരിയാണ് താനെന്നു സങ്കല്പിച്ച് കടിഞ്ഞാണിൽ ആഞ്ഞാഞ്ഞു വലിക്കുകയും കുതിര കൂടുതൽ വേഗത്തിലും ശക്തിയിലും അങ്ങോട്ടുമിങ്ങോട്ടും ആയാൻ തുടങ്ങുകയും ചെയ്യും. കുട്ടി ആ പ്രക്രിയയിൽ രസം പിടിക്കുമ്പോൾ പാർക്കിലെ മറ്റു കുട്ടികൾ ആ കുതിരയ്ക്കു ചുറ്റുംനിന്ന് കൈയടിക്കുകയും പിന്നെ അതിൽ കയറുന്നതിന് വാശി പിടിച്ച് കരയാനാരംഭിക്കുകയും ചെയ്യും

കുട്ടി അതൊന്നും ശ്രദ്ധിക്കുന്നതേ ഉണ്ടാവില്ല. അപ്പോഴേക്കും പാർക്കിലെ സെക്യൂരിറ്റിക്കാരൻ തന്റെ തുറിച്ച കണ്ണുകൾ കൂടുതൽ കൂർപ്പിച്ച് കുട്ടിയോട് അതിൽ നിന്നും ഇറങ്ങി മാറിക്കൊടുക്കാൻ ആവശ്യപ്പെടും. കുട്ടി രാജ്യം കൈവിട്ട രാജകുമാരിയുടെ സങ്കടത്തോടെ അതിൽ നിന്നിറങ്ങി പലതരം കറങ്ങൂഞ്ഞാലിലും നിരങ്ങു പലകയിലും അമ്മ വരുന്നതുവരെ ചുറ്റിത്തിരിയും.

കുട്ടിയെ സ്കൂളിൽനിന്നും കൂട്ടിക്കൊണ്ടു വരുന്നത് അവളുടെ അമ്മയായിരുന്നു. പാർക്കിലെ സിമന്റ് ബഞ്ചിൽ ഇരുത്തി ബ്രഡോ സാന്റ് വിച്ചോ കഴിപ്പിച്ച് ഇടയ്ക്കിടയ്ക്ക് കൊറിക്കാനായി കാഡ്ബറിയോ ചോക്കലേറ്റോ നല്കുകയും 'ബഞ്ചിലിരുന്ന് ഹോം വർക്ക് ചെയ്യണം... അതുകഴിഞ്ഞേ കളിക്കാവൂ...... വീഴരുത് ശ്രദ്ധിക്കണം, അമ്മ വരാൻ വൈകില്ല....' എന്നിങ്ങനെ നിർദ്ദേശങ്ങളും ഉറപ്പുകളും നല്കി 'അമ്മയ്ക്ക് ജോലിയുണ്ട്' എന്ന ഓർമ്മപ്പെടുത്തലോടെ ധൃതിയിൽ പാർക്കിന്റെ വലിയ ഗേറ്റുവരെ എത്തുകയും മടങ്ങിവന്ന് 'ആരു വിളിച്ചാലും അടുത്തേക്ക് പോകരുത്, കളിച്ചു കഴിഞ്ഞിട്ട് അമ്മവരാൻ വൈകുകയാണെങ്കിൽ നിരത്തിനഭിമുഖമായ ആ സിമന്റ് ബെഞ്ചിൽത്തന്നെ ഇരിക്കണം' തുടങ്ങിയ അധിക നിർദ്ദേശങ്ങൾ പതിഞ്ഞ ഒച്ചയിൽ കുട്ടിയുടെ ചെവിയോട് ചേർന്നുനിന്ന് പറഞ്ഞിട്ട് അമ്മ ധൃതിയോടെ പാർക്കിന് പുറത്തേക്ക് നടക്കും ഗേറ്റിനപ്പുറത്തുകൂടെ ചെവിയിൽ

ഫോൺ ചേർത്തുപിടിച്ച് ഒട്ടും ധൃതിയില്ലാതെ നടന്ന് നിരത്തുവക്കിൽ പാർക്ക് ചെയ്തിട്ടുള്ള ഭംഗിയുള്ള കാറിൽ കയറിപ്പോകുന്നഅമ്മയെ അതിശയത്തോടെ കുട്ടി നോക്കിയിരിക്കും. പിന്നെ അമ്മ പറഞ്ഞതുപോലെ ഹോം വർക്കുമുഴുവൻ ചെയ്തു തീർത്തിട്ട് കളിയും കഴിഞ്ഞ് നിരത്തിനഭിമുഖമായ ബഞ്ചിൽ അമ്മയെ കാത്തിരിക്കാനാരംഭിക്കും..

ഒരു മാസത്തിൽ തുടർച്ചയായി നാലോ അഞ്ചോ ദിവസങ്ങളിൽ മാത്രമേ കുട്ടിയുടെ അമ്മയ്ക്ക് അവധി ഉണ്ടായിരുന്നുള്ളൂ. ആ ദിവസങ്ങളിൽ അവർ വൈകുന്നേരങ്ങളിൽ കുട്ടിക്കൊപ്പം ബീച്ചിലും റസ്റ്റോറന്റുകളിലും പാവകളും ഉടുപ്പും വില്ക്കുന്ന കടകളിലും അങ്ങേയറ്റം അലസതയോടെ കറങ്ങി നടക്കും. അന്നൊക്കെ കിടപ്പുമുറിയോട് ചേർന്നുള്ള ബാത്ത്റൂമിലെ ബാസ്ക്കറ്റിൽ പ്ലാസ്റ്റിക്കിന്റെ ചെറിയ പൊതികൾ അമ്മ രഹസ്യമായി നിക്ഷേപിക്കുന്നത് കുട്ടി കാണുമായിരുന്നു. ഒരു ദിവസം കുട്ടി ബാസ്കറ്റിന്റെ മൂടി തുറന്നു നോക്കുകയും ചോരയിൽപ്പൊതിഞ്ഞ ഒരു വലിയപഞ്ഞിത്തുണ്ട് കണ്ടെത്തുകയും ചെയ്തു.

ജോലി കഴിഞ്ഞ് അമ്മ മടങ്ങിയെത്തുമ്പോഴേക്കും പാർക്കിൽ വൈദ്യുത വിളക്ക് തെളിയുമായിരുന്നു. അവളിരിക്കുന്നിടത്തേക്ക് വേഗത്തിൽ നടന്നടുക്കുകയും കാണാതായ ഒരുവളെ കണ്ടുകിട്ടുന്ന ആഹ്ലാദത്തോടെ നെടുതായ ഒരു നിശ്വാസത്തോടെ അവളുടെ കവിളിലും നെറുകയിലും ഉമ്മ വച്ച് ഒരു ചുമലിൽ അവളുടെ സ്കൂൾ ബാഗും മറ്റേ ചുമലിൽ അവളെയുമെടുത്ത് നടക്കുകയും ചെയ്യും.... അപ്പോൾ..... അമ്മയുടെ മുടിക്കും കഴുത്തിനും വല്ലാത്ത മണമായിരിക്കും. അത് മണത്തു മണത്തു കിടന്ന് അവൾ ചോദിക്കും "അമ്മയിതേതു സോപ്പ്ട്ടാ കുളിച്ചേ...നല്ല മണാ...."

അമ്മ അതിനു മറുപടി പറഞ്ഞിട്ടില്ല. എങ്കിലും ഇടയ്ക്കൊക്കെ കുട്ടി ചോദ്യം ആവർത്തിച്ചു.

അകാലത്തിൽ അന്തരിച്ച നഗരപിതാവിന് നഗരം ആദരവ് നല്കിയത് ഒരു പകൽ ഹർത്താലോടെയായിരുന്നു. അന്ന് അമ്മ പുറത്തുപോയതേയില്ല. അമ്മയും കുട്ടിയും ഫ്ളാറ്റിന്റെ ബാൽക്കണിയിൽ നിന്ന് മേഘങ്ങൾ ഒഴുകി നടക്കുന്ന ആകാശം കാണുകയും മാനായും സിംഹമായും കുതിരയായും ചെമ്മരിയാടായുമൊക്കെ രൂപം മാറാൻ കഴിവുള്ള ആകാശദേവന്റെ കഥകൾ അമ്മ കുട്ടിക്ക് പറഞ്ഞുകൊടുക്കുകയും ചെയ്തു. അമ്മയ്ക്ക് ഒരുപാട് കഥകളറിയാമായിരുന്നു.. എന്നിരുന്നാൽപ്പോലും അമ്മാമ്മയുടെ ഒറ്റ കഥയോളം രസം അമ്മയുടെ കഥകൾക്ക് ഇല്ലായെന്ന് കുട്ടിക്കു തോന്നി. ചെറിയ ചെറിയ മേഘത്തുണ്ടുകൾ ദൈവങ്ങൾ കുടിച്ചിട്ട് വലിച്ചെറിയുന്ന കല്പകവൃക്ഷത്തിന്റെ തൊണ്ടുകളാണെന്ന് എവിടെയോ വായിച്ചിട്ടുണ്ടെന്നും മേഘങ്ങൾക്കപ്പുറത്ത് ദൈവങ്ങളുടെ വലിയ കൊട്ടാരങ്ങളുണ്ടെന്നും അവിടെയാണ് കുട്ടിയുടെ അമ്മാമ്മയും അച്ഛനും താമസിക്കുന്നതെന്നും

അമ്മ പറഞ്ഞു. ഒഴുകിമാറുന്ന മേഘങ്ങൾക്കിടയിലൂടെ വെളിപ്പെട്ടേക്കാവുന്ന ഒരു കൊട്ടാരത്തിനെ പ്രതീക്ഷിച്ച്, അമ്മ അടുക്കളയിലേക്കുപോയിട്ടും, കുട്ടി ബാൽക്കണിയിൽത്തന്നെയിരുന്നു. ഉച്ചയ്ക്ക് പെയ്ത നനുത്തമഴയുടെ തണുപ്പിൽ കുട്ടി അമ്മയുടെ നെഞ്ചോട് ചേർന്നുകിടന്ന് പിന്നെയും ആകാശക്കഥകൾ കേട്ടു. നഗരത്തിൽ പുതിയതായി വന്ന സർക്കസ് കാണാൻ സന്ധ്യക്ക് പോകാനോരുങ്ങവേയാണ് അമ്മയുടെ ഫോൺ ശബ്ദിക്കാനാരംഭിച്ചത്. അത്രനേരവും അങ്ങനെയൊരു വസ്തു ആ വീട്ടിലുണ്ടെന്ന് കുട്ടിയോ അമ്മയോ ഓർത്തിരുന്നതേയില്ല. അമ്മ ഫോൺ അറ്റൻഡ് ചെയ്യാൻ തയ്യാറാകാതിരുന്നപ്പോൾ അത് നിർത്താതെ മുഴങ്ങാൻ തുടങ്ങി. ഒന്നുരണ്ടുതവണ മഴയെപ്പറ്റിയും നിരത്തിൽ വണ്ടിയില്ലാത്തതിനെപ്പറ്റിയും കുട്ടിയെപ്പറ്റിയുമൊക്കെപറഞ്ഞു ആരെയോ ബോദ്ധ്യപ്പെടുത്താൻ അമ്മ ശ്രമിക്കുന്നത് കുട്ടിക്ക് കാണാനായി. ഒടുവിൽ ഫോൺ വലിച്ചെറിഞ്ഞ് ദേഷ്യത്തോടെ കുട്ടിയുടെ വിരലുകൾ കോർത്തുപിടിച്ച് മുന്നോട്ടുവലിച്ചുകൊണ്ട് അമ്മ പുറത്തേക്കിറങ്ങി.

"വാ... പാർക്കിൽ പോവാം സർക്കസിന് പിന്നൊരു ദിവസമാകട്ടെ....." കുട്ടിക്ക് നിരാശതോന്നി. അമ്മ ഇന്ന് ജോലിക്ക് പോവണ്ടാന്ന് പലവുരു പറയാൻ തുടങ്ങിയെങ്കിലും അതിനുള്ള അവസരം കിട്ടിയില്ല. അമ്മയ്ക്ക് ധൃതിയായിരുന്നു. ആദ്യം കിട്ടിയ ഓട്ടോയിൽ കുട്ടിയെയും വലിച്ചുകൊണ്ട് കയറുകയും പാർക്ക് ലക്ഷ്യമാക്കി അത് ഓട്ടം തുടങ്ങുകയും ചെയ്തപ്പോൾ അന്ന് പകൽ മുഴുവൻ കുട്ടിയോടൊപ്പമുണ്ടായിരുന്ന അമ്മയല്ലാ അതെന്ന് കുട്ടിക്കു തോന്നി. ഈ ഫ്ളാറ്റിലേക്കു വരുന്നതിനുമുൻപ് അഴുക്കുചാലിന്റെ ഓരത്തുള്ള ഒറ്റമുറി വീട്ടിലായിരുന്നും കുട്ടിയും അമ്മയും താമസിച്ചിരുന്നത്. അമ്മ അന്ന് കുട്ടികൾക്കുള്ള ഉടുപ്പുകൾ തുന്നുന്ന ഒരു കടയി ലായിരുന്നു ജോലിചെയ്തിരുന്നത്. അഴുക്കു പിടിച്ച പുറം ചുവരുകളുള്ള ആ വീടും അതിനു ചുറ്റുമുള്ള കറപിടിച്ച കറുത്ത പല്ലുകളുള്ള മനുഷ്യരെയും കുട്ടിക്ക് തീരെ ഇഷ്ടമായിരുന്നില്ല. എങ്കിലും ആ വീട്ടിലെ അമ്മ കുട്ടിയെ കഥകൾ പറഞ്ഞുറക്കുകയും എല്ലായ്പ്പോഴും ഒപ്പമിരിക്കുകയും ചെയ്തവളായിരുന്നു. അമ്മയ്ക്ക് പുതിയ ജോലി കിട്ടിയതിനു ശേഷമാണ് അവർ പുതിയ ഫ്ളാറ്റിൽ താമസിക്കാൻ തുടങ്ങിയത്.

പാർക്കിലേക്കുള്ള യാത്രയ്ക്കിടയിൽ അമ്മയൊന്നും മിണ്ടിയില്ല, കുട്ടിയും. വഴിയിലെമ്പാടും കറുത്ത തോരണങ്ങളും അനുശോചനാപത്രങ്ങളും തൂങ്ങിക്കിടന്നിരുന്നു. ഒന്നു രണ്ടു മാനജാഥകൾ അവരെക്കടന്നുപോയി.. വലിയ ശാന്തതയിലേക്കും നിശ്ശബ്ദതയിലേക്കുമാണ് വീണുപോയതെന്ന് തോന്നിപ്പിക്കും വിധം നഗരം അനക്കമറ്റു കിടന്നു. പതിവിനു വിരുദ്ധമായി കുട്ടിയെ ഗേറ്റിനു മുന്നിലിറക്കി നിർത്തി അമ്മയ്ക്ക് ധൃതിയുണ്ട്" എന്നു പറഞ്ഞ് കുട്ടിയുടെ അമ്മ റോഡ്മുറിച്ചു കടന്നു. അവിടെ പാർക്കുചെയ്തിരുന്ന ഒരു ചുവന്ന കാറിൽ അമ്മ കയറിയിരിക്കുന്നതും റിങ് റോഡ് ചുറ്റി അവർ വന്ന വഴിയെ അത്

പോകുന്നതും കുട്ടി നോക്കിനിന്നു. നഗരത്തിന്റെ നിശ്ശബ്ദത പാർക്കിലും വ്യാപിച്ചിരുന്നു. പതിവായി വരുന്നവരോ കുട്ടിക്ക് പരിചയമുള്ളവരോ ആയി അവിടെ ആരുമുണ്ടായിരുന്നില്ല. കുട്ടി പതിവായി അമ്മയെ കാത്തിരിക്കാറുള്ള സിമന്റ് ബഞ്ചിൽനിന്നും മഴവെള്ളം വാർന്നുപോയിരുന്നില്ല. പാർക്കിലെ കളിക്കോപ്പുകൾ ഒഴിഞ്ഞുകിടന്നിരുന്നു.

ചുരുക്കം ചിലകുട്ടികൾമാത്രം തകരംമേഞ്ഞ, ഷെഡ്ഡിനുള്ളിലെ ചെറിയ കറങ്ങുഞ്ഞാലുകളിലിരുന്ന് വട്ടം ചുറ്റുകയും ചെറിയ ജീപ്പുകൾ ഓടിക്കുകയും ചെയ്യുന്നുണ്ടായിരുന്നു. വെളുത്ത ചായം തേച്ച കുതിരയുടെ പുറത്തുകയറാൻ കുട്ടികൾ ശ്രമം ആരംഭിച്ചപ്പോഴേക്കും സെക്യൂരിറ്റി അയാളുടെ മുറിക്ക് പുറത്തേക്കിറങ്ങി ഒച്ചവച്ചു. "അതിന്റെ മേത്ത് വലിഞ്ഞെഴഞ്ഞ് കേറാനൊന്നും നിക്കണ്ടാ... നനഞ്ഞ്കെടക്ക്ണ്.. ചറക്കി മണ്ടയടിച്ച് വീണാ ആള്ക്ക് പണിയൊണ്ടാവും.....മര്യാദയ്ക്ക് വീട്കളിപോയ്ൻ...."

കുട്ടികൾ പിന്നെ മൈതാനത്തിലേക്ക് ഓടി മറ്റ് കളികളിൽ വ്യാപൃതരായി. അന്ന് സ്കൂളില്ലാതിരുന്നതിനാൽ കുട്ടിക്ക് ഹോം വർക്ക് ചെയ്യാനുണ്ടായിരുന്നില്ല. പ്രത്യേകിച്ചൊന്നും ചെയ്യാനില്ലാതെ കുട്ടി പാർക്കിൽ അവിടെയുമിവിടെയും ചുറ്റി നടന്നു. ഒടുവിൽ തകരഷെഡ്ഡിനു പിന്നിലുള്ള പൂന്തോട്ടത്തിലെ ചെറിയ ചാരു ബഞ്ചിലിരുന്ന് തോട്ടക്കാരൻ വാടിക്കൊഴിഞ്ഞ റോസാപ്പൂക്കളുടെ തണ്ടും ഇലയും മുറിച്ചെടുക്കുന്നതുംവാടിയ ഇലകൾ നുള്ളിക്കളയുന്നതും നോക്കിയിരുന്നു. ഒരു വലിയ അല്പശി മരത്തിൽ ഉച്ചമഴ ബാക്കിവച്ച തുള്ളികൾ അവൾക്കുമീതേക്ക് ഊർന്നുവീണു. കുട്ടി, തന്റെ തലയിലും ചുമലിലും ചിതറി വീണ മഴത്തുള്ളികളെ തുടച്ചുമാറ്റി സ്കാർഫെടുത്ത് കോണൊടു കൊൺ മടക്കി തലയും കഴുത്തും മറയും വിധം കെട്ടി. പിന്നെയും തോട്ടക്കാരന്റെ പ്രവൃത്തികളെ സസൂക്ഷ്മം നിരീക്ഷിച്ചുകൊണ്ട് ആ കസാലയിൽതന്നെ ഇരിപ്പു തുടർന്നു. ഇടയ്ക്കിടയ്ക്ക് അവൾ തലപൊന്തിച്ച് വെള്ളക്കുതിര നിന്ന വശത്തേക്ക് നോക്കുകയും ആരും അതിന്മേൽ കയറിയിട്ടില്ലായെന്ന് ഉറപ്പുവരുത്തുകയും ചെയ്തു.

തോട്ടക്കാരൻ തന്റെ പണി അവസാനിപ്പിച്ച് മടങ്ങിയപ്പോൾ കുട്ടി എണീറ്റു. കുട്ടികൾ കളിക്കുന്ന മൈതാനത്തിനരികിൽ ഏറെ നേരമിരുന്നു. വെളിച്ചം മങ്ങിത്തുടങ്ങിയപ്പോൾ കുട്ടികൾ കളിമതിയാക്കി. കുട്ടി മടങ്ങി വന്ന് അമ്മയെകാത്തിരിക്കാറുള്ള സിമന്റ് ബഞ്ചിൽ നിരത്തിലേക്കുനോക്കിയിരുന്നു, ഏറെനേരം. പാർക്കിനെയും നിരത്തിനെയും മൂടിയ ഇരുളിനു കട്ടി കൂടി വന്നു. കുട്ടിയുടെ അമ്മ മുൻപൊരിക്കലും ഇത്രമേൽ വൈകിയിട്ടുണ്ടായിരുന്നില്ല... ക്രമേണ ക്രമേണ പാർക്ക് ഇരുളിൽ ലയിക്കുന്നപോലെയും ഇരുട്ടിൽ സ്ഥാപിച്ചസിമന്റ് ബഞ്ചിലിരുന്ന് ഇരുട്ടിലേക്ക് വലിച്ചു നീട്ടിയ നിരത്തിലേക്ക് താൻ നോക്കിയിരിക്കുന്നപോലെയും കുട്ടിക്കുതോന്നി. വെളിച്ചത്തിന്റെ ഒരു പൊട്ടുപോലും അവിടെ ഉണ്ടായിരുന്നില്ല. അമ്മാമ്മയുടെ കണക്കിൻപ്രകാരം

ഇപ്പോഴാണ് വെള്ളോട്ടൻ ഭൂതം കുട്ടികളെ പിടിച്ചോണ്ട് പോവാനിറങ്ങുന്നത്. കുട്ടിക്ക് കരച്ചിൽ വന്നു. കുട്ടി കണ്ണുകൾ മുറുകെയടച്ചു. എന്നിട്ടും പേടിമാറിയില്ല. കുട്ടി എണീറ്റ് പവിഴമല്ലിച്ചോട്ടിലെ വലിയ കുതിരയെ നോക്കി. പലവശങ്ങളിൽനിന്നും ചിതറിവീണ അരണ്ട വെട്ടത്തിൽ അത് മറ്റേതോ മൃഗരൂപമാർജ്ജിച്ചു.. കുട്ടി അങ്ങോട്ടു പിന്നെ നോക്കിയില്ല. സെക്യൂരിറ്റിയുടെ മുറിയെ ലക്ഷ്യമാക്കി നടന്നു. അവിടെ വെളിച്ചമുണ്ടായിരുന്നു. തുറന്നു കിടന്ന വാതിലിലൂടെ അകത്തേക്കു നോക്കി. ഒഴിഞ്ഞ മദ്യക്കുപ്പികൾക്കുനടുവിൽ തലകുമ്പിട്ട് അയാളിരിക്കുന്നു. ഇടയ്ക്കിടെ കണ്ണുകൾ വലിച്ചുതുറന്ന് മുറിയിലെ ടിവിയിലേക്ക് പാളിനോക്കി. അസ്പഷ്ടമായി എന്തൊക്കെയോപറഞ്ഞ് പ്ലേറ്റിൽ ബാക്കിയിരുന്ന മിക്സ്ചർ വാരിയെടുത്ത് വായിലേക്കെറിഞ്ഞു. കുട്ടി മുരടനക്കി.... അയാൾ തല ഉയർത്തിയില്ല. "സാർ...." കണ്ണുകൾ വലിച്ചു തുറക്കാൻ ശ്രമിച്ചുകൊണ്ട് കുഴഞ്ഞശബ്ദത്തിൽ ചോദിച്ചു: "ആഃശ്രാ.." അയാൾ കുട്ടിയോട് അകത്തേക്കുവരാൻ ആംഗ്യം കാണിച്ചു.

"എന്താ കൊച്ചേ...."

"ന്റെ അമ്മ വന്നില്ല..." കുട്ടി വാതില്ക്കൽത്തന്നെ നിന്നുകൊണ്ട് പറഞ്ഞു. അയാൾ ചരിഞ്ഞ് ക്ലോക്കിലേക്കു നോക്കി. മണി പത്താകാറായില്ല..... അയാൾ കുട്ടിയോട് അകത്തുവരാൻവീണ്ടും ആംഗ്യം കാണിച്ചു..."

കുട്ടി അകത്തേക്ക് കയറി... "ഓ...നിയ്..യാ.." അയാൾ ചിറികോട്ടിപിന്നെ ഒച്ചവച്ചു ചിരിച്ചു.

"ഏതോ ഫ്ളാറ്റില് റെയ്ഡ് നടന്ന്... പടം പിടുത്തം.... നെന്റ തള്ളേണ്ടാ കൊച്ചേ..." അതുംപറഞ്ഞ് അയാൾ ടി വിയുടെ റിമോട്ട് കൈയിലെടുത്തു... ചാനലുകൾ ഒന്നൊന്നായി മാറ്റാനാരംഭിച്ചു. ഒടുവിൽ ഒരു ചാനലിൽ അതവസാനിപ്പിച്ചു....

"ദാ നോക്ക് നെന്റെ തള്ളേണ്ടാന്ന്....." കുട്ടി സ്ക്രീനിലേക്കുറ്റു നോക്കി... ഷാളു തലയ്ക്കുമീതെ പുതച്ച് പൊലീസ് വണ്ടിയിലേക്ക് കയറിപ്പോയതാരാണെന്ന് കുട്ടിക്ക് നിശ്ചയമുണ്ടായില്ല. "അത് നെന്റെ തള്ളെയാണോ...." കുട്ടി തലയാട്ടി...

"അത്ന്റെ അമ്മേട്ടിരുന്ന ചുരിദാറല്ല.." കുട്ടി ഉറപ്പിച്ചു പറഞ്ഞു. അയാൾ പിന്നെയും ചിരിതുടങ്ങി. "അയ്ന് പൊലീസ് പ്ടിക്ക്മ്പം നെന്റമ്മയ്ക്ക് തുണിയേ ഒണ്ടായിരുന്നില്ലല്ല്."

അയാൾ ആ പറഞ്ഞത് സ്വയം ആസ്വദിക്കുന്ന മട്ടിൽ തലകുലുക്കി... പിന്നെ ഗ്ലാസിൽ ബാക്കിയിരുന്നതിനെക്കൂടി വായിലേക്ക് കമഴ്ത്തി, ചിരി തുടർന്നു: കുട്ടിക്ക് കരയാൻ തോന്നി. കുട്ടി പുറത്തിറങ്ങി. പവിഴമല്ലിയുടെ ചോട്ടിലെ വെളുത്ത നിഴലിനെ ലക്ഷ്യമാക്കി ഓടി. വശങ്ങളിലെ ലോഹപ്പടികൾ ശ്രദ്ധയോടെ ചവിട്ടിക്കയറി. പിന്നെഅതിന്റെ മുതുകിൽ അമർന്നിരുന്നു. കടിഞ്ഞാൺ വലിച്ചുപിടിച്ചു. അത് മുന്നോട്ടും പിന്നോട്ടും ആയാൻ തുടങ്ങി അതിന്റെ വാലും കുഞ്ചിരോമങ്ങളും തണുത്തകാറ്റി

ലുലഞ്ഞു. കുട്ടി കൂടുതൽ കൂടുതൽ ശക്തിയോടെകടിഞ്ഞാൺ വലിച്ചു പിടിച്ചു. കുതിര കൂടുതൽ വേഗത്തിൽ മുന്നോട്ടും പിന്നോട്ടും ആഞ്ഞു കൊണ്ടിരുന്നു. കുട്ടി കണ്ണുകൾ മുറുകെപ്പൂട്ടി. കുതിര വേഗമാർജ്ജിച്ചു.

സിമന്റിൽ ഉറപ്പിച്ചിരുന്ന കാലുകളെ നിലത്തുനിന്നും വലിച്ചെടുത്ത് കുട്ടിയേയും കൊണ്ട് അത് പരന്നുകിടന്ന ഇരുട്ടിലൂടെ മുന്നോട്ടു പായാൻ തുടങ്ങി...

പഴകിത്തേഞ്ഞ ഒരു പശുക്കഥ

ഐപ്പ്സാറിന്റെ വീടിന്റെ ഉമ്മറത്തിരുന്ന് തീരെ രുചി തോന്നാത്ത ഒരു ചായ മൊത്തിക്കുടിച്ചുകൊണ്ട് അയാൾ പാറുപ്പശുവിനെയും ഏലിയെയും കുറിച്ചോർത്തു. അച്ഛനെയും അമ്മയെയും കുറിച്ചോർത്തു. വെള്ളിയോട്ടമ്പലത്തിലെ പൂരം കഴിഞ്ഞു വന്നപ്പോൾ അച്ഛൻ കൊണ്ടുവന്നതായിരുന്നു നെറ്റിയിൽ വെളുത്ത ചുട്ടിയുള്ള, പൂവാലുള്ള ചെമ്പിന്റെ നിറമുള്ള ആ പൈക്കിടാവിനെ. ഒറ്റ നോട്ടത്തിൽ മനസ്സിൽ വന്ന പേര് പാറൂട്ടി എന്നായിരുന്നു. പാറൂട്ടി വളർന്നു. ചെന പിടിക്കാറായപ്പോൾ കടം വാങ്ങിയിരുന്ന നൂറുറുപ്പിക അച്ഛന്റെ മുഖത്തേക്ക് വലിച്ചെറിഞ്ഞ് അങ്ങാടിയിൽ അടയ്ക്കാ കച്ചവടം നടത്തിയിരുന്ന ഏലി അതിനെ കൊണ്ടു പോയി. ഓർമ്മകൾ അശോകനെ കരയിപ്പിച്ചു. അയാളുടെ കണ്ണ് നനഞ്ഞു. പഴകിത്തേഞ്ഞ ഈ പശുക്കഥ ഇപ്പോൾ താനെന്തിനാണ് ഓർത്തതെന്നും ആ ഓർമ്മയിൽ എന്തിനാണ് തന്റെ കണ്ണ് നനഞ്ഞതെന്നും അയാൾക്ക് മനസ്സിലായില്ല...

ഐപ്പ് സാറിന്റെ വീടിനുള്ളിൽ നിന്നും പുറത്തേക്കിറങ്ങി വന്ന് അയാൾക്ക് പിന്നിലായി മകൻ നിന്നു. അവന്റെ നിഴൽ തറയുടെ മിനുസത്തിലേക്ക് നീണ്ടു. അവന്റെ മുഖത്തുനോക്കാനയാൾക്ക് തോന്നിയില്ല. അയാൾ അത് അവഗണിച്ചുകൊണ്ട് എങ്ങോട്ടെന്നില്ലാതെ മുഖം തിരിച്ചിരുന്നു. പലതവണ അവൻ വിളിച്ചതിനുശേഷമാണ് അയാൾ തല ഉയർത്തി നോക്കിയതും കസേരയിൽ നിന്നും എണീറ്റ് അവന്റെ കവിളിലും നെറുകയിലും തലോടുകയുംചെയ്തത്. അവന്റെ പിതൃത്വം തന്നിലേക്കു ചേർത്തു വയ്ക്കാനായി ശുഭ പലതവണ പറഞ്ഞ് ഉറപ്പിച്ചിരുന്ന അവന്റെ നീണ്ടു വളഞ്ഞ മൂക്കിലും ഇരട്ടത്താടിയിലു

മൊക്കെ ഏറെ നേരം അയാൾ ചുഴിഞ്ഞു നോക്കി. മകൻ വല്ലാതായി. അയാളുടെ കണ്ണ് പിന്നെയും നിറഞ്ഞു വന്നു. വീടിനകത്തുനിന്നും ഐപ്പ് സാറിന്റെയും മോഹനന്റെയും ചിരികൾ കൂടിക്കലർന്നും ഒറ്റയായും കേട്ടു.

തീവണ്ടിയിൽ നിന്നിറങ്ങുമ്പോൾ നഗരത്തിൽ ഒരു വലിയ മഴ പെയ്തടങ്ങിയിരുന്നു. നിരത്തു വക്കിലെ ചെറിയ കുഴികളിൽ മഴ അഴുക്കുംമെഴുക്കുംപിടിച്ച് കറുത്തു കരുവാളിച്ചു കിടന്നു. മുണ്ടിന്റെ കോന്തല ചുരുട്ടിപ്പിടിച്ച് കാല് നീട്ടി വച്ചപ്പോഴാണ് കറുത്ത് വൃത്തികേടായ തന്റെ പഴയ ചെരുപ്പുകൾ അയാൾ ശ്രദ്ധിച്ചത്. അയാളുടെ മകന്റെ പേര് രാഹുൽ എന്നായിരുന്നു. 'രണ്ടാഴ്ചയായി കോളേജിലോ ഹോസ്റ്റലിലോ മകൻ എത്തുന്നില്ല.....' പ്രിൻസിപ്പലാണ് അറിയിച്ചത്. ആ ഫോൺകോൾ കിട്ടുമ്പോൾ അയാൾ പാടത്തായിരുന്നു... പുഴയിൽ ഒന്നേ മുങ്ങിയുള്ളൂ. സോപ്പ് തേക്കാനൊന്നും നേരമുണ്ടായില്ല. രാത്രി വണ്ടിക്ക് തന്നെ പുറപ്പെട്ടു. അതോണ്ട് തന്നെ ചേറും ചാണകവും ഇടകലർന്ന ഒരു ഗന്ധം അയാളെ പൊതിഞ്ഞിരുന്നു. മകൻ ഏതോ അദ്ധ്യാപകനെ തല്ലിയെന്നും അയാൾ ഐ സി യുവിലാണ് എന്നുമുള്ള വിവരം യാത്രയ്ക്കിടയിൽ അറിയിച്ചത് ഗിരീശനായിരുന്നു. പോരാനുള്ള തിരക്കിനിടയിൽ ചെരുപ്പ് മാറ്റാൻ മറന്നിരിക്കുന്നു! ധൃതിയിൽ കാൽ പിന്നിലേക്കു വലിച്ച് മുണ്ടിന്റെ കോന്തല താഴ്ത്തിയിട്ടു.

തീവണ്ടിയാപ്പിസിനു മുൻപിൽ റോഡ് പലതായി പിരിഞ്ഞ് പലവഴിക്കിഴഞ്ഞു. എപ്പോഴത്തേയും പോലെ അപ്പോഴും നഗരം അയാൾക്ക് അപരിചിതമായിരുന്നു. ഗിരീശൻ പലതവണ പറഞ്ഞു കേൾപ്പിച്ച വഴിയടയാളങ്ങൾ ഒരു മാപ്പുപോലെ പലതവണ മനസ്സിൽ നിവർത്തിപിടിച്ചു. സഞ്ചാര വഴികളും രീതികളും അതിൽ വ്യക്തമായി പതിഞ്ഞു കിടന്നു.

കോളേജിലേക്ക് പോകുന്ന റോഡ് ഏതാണെന്ന് അയാൾക്ക് പെട്ടെന്ന് തിരിച്ചറിയാനായില്ല. ഗിരീശൻ വാക്കുകളാൽ വരച്ചിട്ട മാപ്പ് അയാൾ വീണ്ടും വീണ്ടും ഓർമ്മയിൽ നിവർത്തിവച്ചു. കോളേജ് റോഡിലേക്കിറങ്ങി നിന്നു, അരമണിക്കൂറിനിടയിൽ നാലാമത്തെ ഓട്ടോറിക്ഷയും അയാളുടെ യാത്രാക്ഷണം നിരസിച്ചു. അയാൾ മടുപ്പോടെ ഫുട്പാത്തിലെ കൈവരിയിലേക്ക് ചാഞ്ഞു നിന്നു. അരമണിക്കൂർ കഴിഞ്ഞ് മോഹൻ എത്തുന്നതുവരേയും ആ നില്പ് തുടർന്നു. മോഹന്റെ യാത്രാക്ഷണവും പലതവണ നിരസിക്കപ്പെട്ട തോടെ അയാളും അക്ഷമനായി.. പിന്നെ അയാൾ കയർത്ത് സംസാരിക്കാൻ ആരംഭിച്ചു. മോഹനനെ അയാൾക്ക് പരിചയമുണ്ടായി രുന്നില്ല. എന്നാലും ആ വഴക്കിൽ അയാൾ മോഹന്റെ പക്ഷം ചേർന്നു. യാത്രാചാർജിന്റെയും റിട്ടേണിന്റെയും ഇരട്ടി നല്കാമെന്ന വ്യവസ്ഥയിൽ അയാളും മോഹനും ഒരു ഓട്ടോയിൽ യാത്ര ആരംഭിച്ചു. നഗര പരിധി അവസാനിപ്പിച്ചപ്പോഴാണ് ഓട്ടം വരാൻ വണ്ടികൾ മടിച്ചതിന്റെ കാരണം ബോദ്ധ്യമായിത്തുടങ്ങിയത്. റോഡിലെ വലിയ കുഴികളിൽ വീണ് വണ്ടി

ആടിയുലയുകയും. അഴുക്കു വെള്ളം വണ്ടിക്കുള്ളിലേക്ക് ചിതറി വീണ് രണ്ടാളുടെയും തുണികൾ നനയുകയും ചെയ്തു. ചെരുപ്പുപോലെത്തന്നെ കറുത്തു പോയി അയാളുടെ മുണ്ടിന്റെ കോന്തലയും. ആഗതൻ ദേശീയ പാത അതോറിറ്റിയുടെ പിടിപ്പു കേടിനെപ്പറ്റിയും കേരളത്തിൽ റോഡുകൾ വികസിക്കാത്തതിനെപ്പറ്റിയും ഹ്രസ്വമായ ഒരു വിവരണത്തോടെ അവർക്കിടയിലെ അകലം പൂരിപ്പിക്കാനാരംഭിച്ചു. കുറഞ്ഞ സമയത്തിനിടയിൽ കോളേജിലേക്കുള്ള തങ്ങളുടെ യാത്രയുടെ ഉദ്ദേശ്യങ്ങൾ വെളിപ്പെടുത്തുകയും ഒരേ വിഷയത്തിന്റെ പേരിൽ പ്രിൻസിപ്പലിനാൽ കോളേജിലേക്ക് വിളിപ്പിക്കപ്പെട്ടവരാണ് തങ്ങളെന്ന് പരസ്പരം ബോദ്ധ്യപ്പെടുത്തുകയും ചെയ്തു. റോഡിലെ കുഴികൾ വണ്ടിക്ക് മാത്രമല്ല പരിക്കേല്പിക്കുന്നതെന്നും അപരിചിതത്ത്വത്തിന്റെ പുറന്തോടിനെയും അതിന് കുത്തിപ്പൊട്ടിക്കാനാവുമെന്നും അശോകന് അപ്പോൾ തോന്നി.

മോഹനന്റെ മകന്റെ പേരും രാഹുൽ എന്നായിരുന്നു. യൂണിയന്റെ പ്രധാനപ്പെട്ട മീറ്റിങ്ങിൽ ബാങ്കുകളുടെ ലയനം ബാങ്കിങ് മേഖലയെ എങ്ങനെ ബാധിക്കുന്നുവെന്നും അതിനെതിരെ പ്രതിഷേധിക്കേണ്ട ആവശ്യകതയെപ്പറ്റിയും സംസാരിച്ചു കൊണ്ടിരുന്നതായിരുന്നു മോഹനൻ. പ്രിൻസിപ്പലിന്റെ തുടരെത്തുടരെയുള്ള കോൾ അയാളുടെ പ്രസംഗത്തെ തടസ്സപ്പെടുത്തി. ഒടുവിൽ ലയനത്തിനെതിരായുള്ള പ്രതിഷേധമാർഗ്ഗങ്ങളെ വെട്ടിച്ചുരുക്കി വേദിയിൽ നിന്നുമിറങ്ങി ഹാളിന്റെ ശബ്ദം കുറഞ്ഞ മൂലയിലേക്ക് മാറി നിന്നുകൊണ്ട് അയാൾ പ്രിൻസിപ്പലിനെ ഫോൺ ചെയ്തു. പ്രിൻസിപ്പൽ അശോകനോട് പറഞ്ഞതു തന്നെ മോഹനനോടും പറഞ്ഞു. യാത്രയ്ക്കിടയിൽ ഐപ്പ് സാറാണ് മോഹനന് സംഭവങ്ങളുടെ ഏകദേശ ചിത്രം നല്കിയത്. പതിനഞ്ച് മിനിറ്റും നാല്പത് സെക്കന്റും നീണ്ടു നിന്ന ഫോൺകോൾ അവസാനിച്ചത് ഇങ്ങനെയായിരുന്നു. "നിന്റെ മോനല്ലേടാ ഇതൊക്കെത്തന്നെയല്ലേ ചെയ്യൂ..... കൂടെ പെട്ടുപോയ ഒരു പാവം ചെക്കന്ണ്ട്.... അടിച്ചു പരത്തിയ മൂക്കുമായി ആ സുവോളജി പ്രൊഫസർ ആശുപത്രിയിലാ..നീ പണ്ടു കൊടുത്ത അതേ പഞ്ച്......... വിത്ത് ഗുണം..*" ഐപ്പ് മാഷ് ചിരിക്കുകയായിരുന്നു.

"പിന്നെ പാതിരിമാർക്കെല്ലാം ഹാല്ളകിയിരിക്കയാണ്.... സസ്പെൻഷൻ... ഡിസ്മിസൽ... വാറോലകൾ ഉണ്ടാകും.. നീ പതറണ്ടാ ഇപ്പ അവമ്മാതിരിവ്ട്ണ്ട്..നാളേയോ മറ്റന്നാളാ അവമ്മാരങ്ങ് പോരും" ഐപ്പ് മാഷിന്റെ വാക്കുകളിലെ സാന്ത്വനം മോഹനൻ അശോകനും പകരാൻ ശ്രമിച്ചു.

"കുട്ടികളെ കാണാതായിട്ടൊന്നും ഇല്ല. അവർ എനിക്കറിയാവുന്നൊരർട്ത്ത്ണ്ട്" ഒരു വലിയ നിശ്വാസത്തോടെ അശോകൻ അത് സ്വീകരിച്ചു.

"ഇപ്പഴത്തെക്കുട്ടികള്ടെ കാര്യ....."

അയാൾ പോക്കറ്റിൽ നിന്നും ഫോൺ വലിച്ചെടുത്തു. "അവള്

കരഞ്ഞിപ്പോ ഏത് കോലായ്ട്ട്ണ്ടാവ്വാ..... ഒന്നുപറഞ്ഞേക്കാം." അയാൾ ഒരു വിളറിയ ചിരി വരുത്തി.

ഒരു നട്ടുച്ച നേരത്താണ് മകൻ അവസാനമായി വീട്ടിലെത്തിയത്. അവൻ വന്നു കയറുമ്പോൾ അയാൾ ഉച്ച വാർത്ത കാണുകയായിരുന്നു. രണ്ടു മണിക്കുള്ള സീരിയൽ അവസാനിക്കും മുൻപേ അവനിറങ്ങി. അച്ഛനും മകനും തമ്മിൽ വലിയ വർത്തമാനങ്ങൾ ഉണ്ടായില്ല. മകൻ ക്ഷീണിതനായിരുന്നു. ചുണ്ടുകളിലും കണ്ണുകൾക്കു താഴെയും കറുപ്പ് പടർന്നിരുന്നു. ഉടുപ്പുകൾ മുഷിഞ്ഞിരുന്നു.

"എന്താ അവനിങ്ങനെ....."

അവന്റെ ബൈക്കിന്റെ ഒച്ച വെട്ടുവഴി കടന്നപ്പോൾ അയാൾ ശുഭയോടു ചോദിച്ചു..... "അവനെങ്ങാണ്ട പോയ്ട്ട വർണ വഴ്യാ...."

ശുഭപറഞ്ഞു. "ഇത്രേം ദൂരം ബൈക്കോടിക്കണ്ടാന്നവ്നോട് പറഞ്ഞേക്ക്....." അന്ന് രാത്രി അവൾക്ക് ഉറക്കമുണ്ടായില്ല. മൂക്കു ചീറ്റിയും കണ്ണുതുടച്ചും തിരിഞ്ഞും മറിഞ്ഞും അവൾ നേരം വെളുപ്പിച്ചു. പിന്നെ മിക്കപ്പോഴും അവളുടെ കണ്ണുകൾ പ്രത്യേകിച്ചു കാരണമൊന്നുമില്ലാതെ നനഞ്ഞു തന്നെയിരുന്നു. ഇത്രയും ഓർത്തുകൊണ്ട് അയാൾ ഫോൺ ചെവിയോട് ചേർത്തു.

"എടുക്കുന്നില്ല... അഞ്ചാറ് പയ്യും ആടും കോഴീക്ക ഒള്ളതാണെ.. അവള് അതിന്റെ പൊറകിലാവും....." അയാൾ മോഹനനോടായി പറഞ്ഞുകൊണ്ട് ഫോൺ പോക്കറ്റിൽ തിരികെ വച്ചു. പിന്നെ തുടർന്നു

"എനിക്കിവിടം അത്ര പോര... മോന്റ അഡ്മിഷന്റന്ന് വന്നതാ. പിന്നിന്നാ... ശുഭ..,ന്റെ ഭാര്യ അവളിവ്ടാ പടിച്ചത്."

"ഞാനും...... മോഹനൻ താല്പര്യമില്ലാത്ത മട്ടിൽ പറഞ്ഞു. അവൾ.... പഠിക്കാൻ മിടുക്കിയായിരുന്നു. റാങ്കക്കെ കിട്ടിതാ." കുറഞ്ഞ ഒരു നിശ്ശബ്ദതയ്ക്കൊടുവിൽ.... കണ്ണുകൾ ചുരുക്കിമോഹനൻ ചോദിച്ചു:

"ശുഭ....... ഇപ്പോ..."

"അറിയാമോ... ഞാൻ കെട്ടി പത്തു മാസം ആയപ്പോഴെക്കും ആദ്യത്തെ കുട്ടീനെ പെറ്റു.... പിന്നേം രണ്ടെണ്ണം... ഞാൻ നിർബ്ബന്ധിച്ചതാ പഠിക്കാനും കോളേജിപ്പോവാനും അവള് കട്ടായം പറഞ്ഞു ഇല്ലാന്ന്. ഇപ്പം അടുക്കളപ്പൊകേന്റ..... മണാണേ.... കണ്ടില്ലേ കോഴി ആട് പശു....." അയാൾ നിർത്തി. "ദാ വിളിക്കണ്ട്.." അയാൾ ഫോൺ വലിച്ചെടുത്ത് അതിലേക്ക് നോക്കിക്കൊണ്ട് പറഞ്ഞു. അയാൾ വിശദമായി പറയാൻ തുടങ്ങി. അവളുടെ ശബ്ദം തെളിഞ്ഞു.... ശബ്ദത്തിനൊപ്പം അവളുടെ കലങ്ങിയ മുഖം തെളിഞ്ഞുവരുന്നതയാൾക്ക് സങ്കല്പിക്കാനായി. ഒടുവിലാണയാളതു പറഞ്ഞത്.

"നിന്നെ അറിയാവുന്ന ഒരാളെന്റെ ഒപ്പമുണ്ട്...അയ്യാള്ടെ മോനും നമ്മടെകുട്ടന്റെ കൂടെ പെട്ടിട്ടുണ്ട്."

"ആരാ..." അവൾ ഉത്സാഹത്തോടെ ചോദിച്ചു.

"ഒരു മോഹൻ....നിന്നെ അറിയാംന്ന്..... നിനക്കറിയാമോ...."

"കണ്ടാൽ അറിയായിരിക്കും..." അവൾ ഫോൺ ഡിസ്ക്കണക്ട് ചെയ്തു. "വൈഫാണോ ന്നെ അറിയാമോ..." മോഹൻ ഉത്സാഹത്തോടെ ചോദിച്ചു. "കണ്ടാലറിഞ്ഞേക്കുമെന്ന്....." അയാൾ നിരത്തിലേക്ക് മുഖം തിരിച്ച് മിണ്ടാതിരുന്നു.

പിന്നെയും ഒരുപാട് തവണ വണ്ടിയുലഞ്ഞെങ്കിലും അവർക്കിടയിൽ വീണ്ടും രൂപപ്പെട്ട അപരിചിതത്ത്വത്തിന്റെ പുറംതോടിനെ പരുക്കേല്പിക്കാനതിനായില്ല.

ആദ്യം ഐപ്പ് സാറിനെ കാണാമെന്നും അതിനുശേഷം കോളേജിലേക്ക് പോവാമെന്നുമുള്ള നിർദ്ദേശം വച്ചത് മോഹനനായിരുന്നു. അതായിരിക്കും നല്ലതെന്ന് അശോകനും തോന്നി.

"കോളേജ് വിട്ടതിൽപ്പിന്നെ സാറിനെ കണ്ടിരുന്നില്ല." അയാൾ കൂട്ടിച്ചേർത്തു ഇരുപത്തിരണ്ട് വർഷങ്ങൾക്കിപ്പുറമുള്ള കൂടിക്കാഴ്ചയുടെ ഊഷ്മളത അയാളുടെ കണ്ണടയ്ക്കുള്ളിൽ തിളങ്ങി.

നഗരത്തിനകത്ത് തന്നെയായിരുന്നു ഐപ്പ് മാഷിന്റെ വീട്. പക്ഷേ, ഇനിയൊരിക്കൽ കൂടി ആ വീട് തനിയെ കണ്ടെത്തണമെന്നു കരുതിയാൽപോലും അശോകനത് കണ്ടെത്താനാവുമായിരുന്നില്ല. പോക്കറ്റ് റോഡുകളിൽനിന്നും പോക്കറ്റ് റോഡുകളിലേക്ക് കയറിയും ഇറങ്ങിയുമുള്ള യാത്ര.. ആ വീടിനു ചുറ്റും വലിയ മതിലും കാവലിന് മുന്തിയ ഇനം നായ്ക്കളും ഉണ്ടായിരുന്നു. നാട്ടിൻപ്രദേശത്ത് കാണാത്ത തരത്തിലുള്ള ചെടികളും മരങ്ങളും വീടിനു ചുറ്റും തണൽ തീർത്തു. മകനിവിടെ സുരക്ഷിതനായിരിക്കുമെന്ന് അശോകന് തോന്നി: "ഓ എത്തിയോ..." എന്ന അഭിസംബോധനയോടെ ഐപ്പ് സാർ മോഹനനെ ആലിംഗനം ചെയ്തു.

"എടാ കള്ളത്തിരുമാലി... അതേപടി ഒരെണ്ണത്തിനെ വാർത്തെടുത്തല്ലേ... സമ്മതിച്ചു." ഐപ്പ് സാറിന്റെ വിലയിരുത്തൽ തീരെ തെറ്റാണെന്ന് അശോകനു തോന്നി. കിളരം കുറഞ്ഞ് മെലിഞ്ഞുണങ്ങിയ ചെറിയ പയ്യനായിരുന്നു മോഹന്റെ മകൻ. അവൻ നിലത്തേക്ക് ദൃഷ്ടി പായിച്ച് തല തിരിച്ച് ലജ്ജയോടെ ചിരിച്ചു. അപ്പോൾ നിരയില്ലാത്ത പല്ലുകൾ വലിച്ചുകെട്ടിയ ക്ലിപ്പ് തിളങ്ങി. അയാളുടെ മകൻ ചിരിച്ചില്ല. അവൻ തല ഉയർത്തി ഗൗരവത്തിൽ നിന്നു. ഐപ്പ് സാർ അവന്റെ ചുമലിലൂടെ കൈയിട്ട് അവനെ മോഹനന് നേരെ പിടിച്ചു നിർത്തി. "ഇതാ നിന്റെ വിപ്ലവ നായകനായ മകൻ." അശോകൻ മകനെയും മോഹനനെയും മാറിമാറി നോക്കി. മോഹനൻ ഒരമ്പരപ്പിലായിരുന്നു. അത് മാറിയപ്പോൾ എന്തോ പറയാൻ തുനിഞ്ഞു. ഐപ്പ് സാർ ആഹ്ലാദത്തിലായിരുന്നു.

"എടാ മത്തൻ കുത്തിയാൽ കുമ്പളം മുളയ്ക്കില്ല. ഇതുപോലൊരിക്കൽ നിന്റപ്പനെയും ഞാൻ വരുത്തീട്ടുണ്ട്. ഓർമ്മേണ്ടാ."

മോഹൻ വിളറി നിന്നു. "ഇവനെന്റ മുന്നില് വന്നപ്പോ. നീയാണെന്ന് ഒരു നിമിഷം ഞാൻ സംശയിച്ചു. ഞാനും പോയി ഇരുപതു വർഷം പിന്നിലേക്ക്. അതേ വീറ്. വാശി. കണ്ടില്ലേ. താൻ തന്നെ.. എങ്ങനെ

ഒത്തെടേ." മോഹൻ കൂടുതൽ പരിഭ്രമിച്ചു. അശോകനെ നോക്കാൻ അയാൾ അശക്തനായി..

"സാർ." അയാൾ ഐപ്പ് സാറിനോട് വായടയ്ക്കാൻ ആംഗ്യം കാട്ടി. ഐപ്പ് സാർ ഇരുപത്തിരണ്ട് വർഷങ്ങൾക്കപ്പുറത്തെവിടെയോ ഉത്സാഹത്തോടെ നിന്നു തിരിയുകയായിരുന്നു.

"മാഷേ അതെന്റെ മോനാ. രാഹുൽ എ എസ്." അശോകന്റെ ശബ്ദം ഉയർന്നു. "അതാണ്. മോഹനൻ സാറിന്റെ മകൻ. രാഹുൽ എം കെ" അയാൾ മോഹനന്റെ മകനെ ചൂണ്ടിക്കാട്ടി. ഐപ്പ്സാർ വിളറി. അവിശ്വാസം കണ്ണുകളിൽ നിറച്ചു വച്ച് മോഹനനെ നോക്കി. മോഹൻ ചൂളി നിന്നു. ഓ സോറി. ഞാൻ തെറ്റിദ്ധരിച്ചു. അയാൾ അശോകന്റെ ചുമലിൽ തട്ടി അത്തരം ഒരു സന്ദർഭത്തിൽ എങ്ങനെയാണ് പെരുമാറേണ്ടതെന്ന് അശോകന് നിശ്ചയമുണ്ടായിരുന്നില്ല. അയാൾ ഉമ്മറത്തിണ്ണയിലേക്കിറങ്ങി. പൂത്തതും പൂക്കാത്തതുമായ ചെടികളെനോക്കി, കായ്ച്ചതും കായ്ക്കാത്തതുമായ മരങ്ങളെ നോക്കി, ഐപ്പ് സാറിന്റെ പട്ടികളെ നോക്കി ഒടുവിൽ മൂലയിലെ ഒരു കസേരയിൽ പറ്റിക്കൂടിയിരുന്നു! ഐപ്പ് സാറിന്റെ വാല്യക്കാരി കൊടുത്ത തീരെ രുചി തോന്നാത്ത ഒരു കപ്പ് ചായ വിരസതയോടെ മൊത്തിക്കുടിച്ചു. പാറുക്കുട്ടി എന്ന പൂവാലിപ്പയ്യിനെയും ഏലിയെന്ന അടയ്ക്കാ വില്പനക്കാരിയെയും ഓർത്തു കണ്ണ് നനച്ചു.

"അച്ഛൻ വിഷമിക്കണ്ടാ.. ഞാനിവിടെ സേഫാ.." അയാളുടെ നിറഞ്ഞ കണ്ണുകളിലേക്കു നോക്കി മകൻ പറഞ്ഞു

"ഏയ് അച്ഛനൊരു പഴയ പശുക്കഥ ഓർത്തതാ...." മകൻ ചിരിച്ചു. "കുട്ടികൾ കുറച്ചൂസം കൂടി ഇവ്ടെ നിക്കട്ടെ..." ഇറങ്ങാൻ നേരം ഐപ്പ് മാഷ് പറഞ്ഞു: "ഞാൻ ബിഷപ്പിനെ കണ്ടിട്ട്ണ്ട്.... ഒന്നൂടെ കാണാം.. നിങ്ങൾ തല്ക്കാലം പ്രിൻസിപ്പലിനെ കാണൂ."

പ്രിൻസിപ്പലിന്റെ മുഖം തീരെ പ്രസന്നമായിരുന്നില്ല. സ്റ്റാഫ് സെക്രട്ടറി കുറ്റങ്ങളുടെ ചാർത്ത് വായിക്കാനാരംഭിച്ചു. കോളേജിന്റെ നിയമങ്ങൾക്ക് വിരുദ്ധമായി കുട്ടികളുടെ യോഗം ചേർന്ന് കൂട്ടം ചേർന്ന് പ്രകടനം നടത്തിയത്, സുവോളജി ലാബിൽ അതിക്രമിച്ചുകയറി പ്രൊഫസറെ തല്ലിയത്, ലാബ് അടിച്ചു തകർത്തത്..... കഥകൾ നിരന്നു. ലാബിനുണ്ടാക്കിയ നഷ്ടങ്ങളുടെ കണക്ക്. പിന്നെ വേറെയും.

"ദ പ്രൊഫേസർ ഈസ് അഡ്മിറ്റഡ് ഇൻ ദ ഹോസ്പിറ്റൽ കഴിഞ്ഞ വ്യാഴാഴ്ച അതായത് ടൊൽത്ത് ഇവ് നിങ്. സ്റ്റിൽ ഹി ഈസ് ഇൻ ഐ സി യു" പ്രിൻസിപ്പൽ ഉപസംഹരിച്ചു. "രണ്ടാഴ്ചത്തെ അബ്സ്കൗണ്ടിങ്.. വി വേർ കംപൽഡ് പൊലീസിന് കംപ്ലെയ്ന്റ് നല്കിയിട്ടുണ്ട്......." പി ടി എ പ്രസിഡന്റ് വക.

"കോളേജിനൊരു സല്പ്പേര്ണ്ട്.... അത്... കളയാൻ പറ്റില്ല..." സ്റ്റാഫ് സെക്രട്ടറി വക. "സുവോളജി ലാബിൽ സംഭവിച്ചതൊക്കെ കോളേജിന്റെ സല്പ്പേരിന് ഗുണം ചെയ്യുമെന്നാണോ......" മോഹൻ വാ

തുറന്നു.

പ്രിൻസിപ്പലിന്റെ മുഖം ചുവന്നു. "നിങ്ങളുടെ മകൻ, രാഹുൽ, എ എസ് അവനാണ് നേതാവ്".... പ്രിൻസിപ്പൽ മോഹനന് നേരെ വിരൽ ചൂണ്ടി, അയാൾ എന്തോ പറയാൻ ശ്രമിച്ചുവെങ്കിലും പരാജിതനായി.

"ഇറ്റ് ഈസ് ഹി... രാഹുൽ എ എസ്... യുർ സൺ..... ഞാനാ പയ്യനെ കുറ്റപ്പെടുത്തില്ല. ഹിസ് ജനിറ്റിക്സ്.... ദാറ്റ്സ് ദ പ്രോബ്ലം... ഞാൻ കേട്ടിട്ടുണ്ട്... നിങ്ങളി കോളേജിലെ സ്റ്റുഡന്റായിരുന്നപ്പോ കാട്ടിയതൊക്കെ..... അയാൾ അശോകനുനേരെ മുഖം തിരിച്ച് അലിവോടെ പറഞ്ഞു നിങ്ങളുടെ മകൻ, അവൻ പെട്ടു പോയതാ..."

മോഹനൻ നിസ്സഹായതയോടെ അശോകനെ നോക്കി. അയാൾ തലകുനിച്ചിരിക്കുകയായിരുന്നു.

കോളേജിന് ഡിസിപ്ലിൻ പ്രധാനമാണ് പിരിച്ചു വിടുകയാണ് ഞങ്ങളുടെ നിയമം..... പക്ഷേ, ബിഷപ്പ്..." അയാൾ അർദ്ധോക്തിയിൽ നിർത്തി. പിന്നെ പറഞ്ഞു.

ഏതായാലും ഫൈൻ ഒഴിവാക്കാനാവില്ല.

മോഹനൻ പിന്നെയും പറയാൻ തുടങ്ങിയെങ്കിലും അയാളത് അനുവദിച്ചില്ല. സ്റ്റാഫ് സെക്രട്ടറി മുന്നിലിരുന്ന തടിച്ച രജിസ്റ്ററിന്റെ വലിയ താളുകൾ മോഹനനു നേരെ വിടർത്തിവച്ചു....

"ഇവിടെ ഒപ്പിട്ടോളൂ..... ഫൈൻ.... അടച്ചേക്കൂ...."

മോഹനനൻ ആ താളിലേക്ക് ഉറ്റുനോക്കിയിരുന്നു. പിന്നെ ഒന്നും മിണ്ടാതെ അത് അശോകനു നേരെ തിരിച്ചു വച്ചു... രജിസ്റ്ററിൽ മകന്റെ ഫോട്ടോ. അതിനു കീഴെ കുനുകുനുത്ത അക്ഷരത്തിൽ... അയാൾ വായിച്ചു. നയിം ഓഫ് ദ സ്റ്റുഡന്റ്; രാഹുൽ എ എസ്

നയിം ഓഫ് ഗാർഡിയൻ; അശോകൻ കെ

റിലേഷൻ ഷിപ്പ് വിത്ത് ദ സ്റ്റുഡന്റ്; ഫാദർ.

ദൈവവഴികൾ

പാനീസ് വിളക്കുകളും മുഖം മൂടികളും ഉപേക്ഷിച്ച് അവസാനത്തെ കരോൾ സംഘവും പള്ളിമേടയിറങ്ങി. നക്ഷത്ര വിളക്കുകൾ വിതറിയിട്ട ചെറു വെട്ടങ്ങളും കടന്ന് നിഴലുകൾ കെട്ടു പിണഞ്ഞ ഇരുളിന്റെ അതാര്യതയിലേക്ക് ആൾരൂപങ്ങൾ മാഞ്ഞുപോകുന്നതും നോക്കി പാതിരി നിന്നു. യുവത്വത്തിന്റെ ആരവങ്ങൾ ദൂരങ്ങളുടെ ആഴത്തിലേക്ക് വീണുവീണു പോകവേ ഒരു താളക്കേടുപോലെ കപ്യാരുടെ ചുമ ഉയർന്നു കേട്ടു. ഞായറാഴ്ച കുർബ്ബാനകളിൽ വിശ്വാസികളെ അലോസരപ്പെടുത്താറുള്ള ആ ചുമ പാതിരി ഇടവകയിലേക്ക് വരുന്നകാലത്തേ കപ്യാരോടൊപ്പം ഈ ചുമയും ഉണ്ടായിരുന്നു. കാലാവസ്ഥാ ഭേദങ്ങൾക്കനുസരിച്ച് ഏറ്റക്കുറച്ചിലുകളോടെ ആ ചുമ തിരിച്ചറിവിന്റെ അടയാളമായി കപ്യാരിലേക്ക് സ്വാംശീകരിക്കപ്പെട്ടു. പള്ളിമേടയിലെ വലിയ ഓട്ടുമണിയിൽ തൂങ്ങിക്കിടന്നും അയാൾ തൊള്ളകിറി ചുമച്ചു. അടിവാരത്തെ മിഷൻ ആശുപത്രിയിൽ കപ്യാരുടെ ചോരയും കഫവും പലവിധ പരീക്ഷണ നിരീക്ഷണങ്ങൾക്ക് വിധേയമായി ഒടുവിൽ കപ്യാരുടെ ചുമ പ്രത്യേക അർത്ഥ തലങ്ങളൊന്നും ഇല്ലാത്ത ഒരു വെറും ചുമയായി വിധിക്കപ്പെട്ടു. പോളിയോ ദുർബ്ബലപ്പെടുത്തിയ കാലുകളുമായി ജീവിത വേഗങ്ങളിൽ ഇടറിവീണ ഇളയമകൾ ട്രീസയേയും മൂത്ത രണ്ട് പെൺകുട്ടികളെയും വലിച്ചിഴച്ച് ജീവിതത്തിന്റെ പരുക്കൻ വഴികളെ ഒറ്റയ്ക്ക് തരണം ചെയ്ത് തളർന്നുപോയവന്റെ ശ്വാസം വിങ്ങിയുള്ള ചുമയാണ് അതെന്നാണ് പാതിരി അതിനെ വിധിച്ചത്.

ഊണ് മേശയ്ക്ക് മുമ്പിലിരിയ്ക്കുമ്പോൾ തണുപ്പുകൊണ്ട് അയാളുടെ വിരലുകൾ കോച്ചിപ്പോയി. കഴിഞ്ഞതവണത്തേ

തിനെക്കാൾ ഇത്തവണ തണുപ്പ് ഏറിയിട്ടുണ്ടെന്നും ഈ തണുപ്പിനെ അതിജീവിക്കാനുള്ള കെല്പ് തന്റെ ളോഹയ്ക്കില്ലായെന്നും അയാൾക്കു തോന്നി. വലിയ പിഞ്ഞാണങ്ങളിലേക്ക് കഞ്ഞി പകർന്നു വയ്ക്കുമ്പോൾ വെറോണിക്കയും അതുതന്നെ പറഞ്ഞു: "ഇത്തവണ തണുപ്പ് ജാസ്തിയാണച്ചോ. അവളുടെ വാക്കുകളിലും വിറപിടിച്ചിരുന്നു. കമ്പിളി പൊതപ്പ് വാങ്ങാൻ എടവകേന്ന് എന്തേലും തരണം."

അച്ചൻ അത് കേട്ടതായി ഭാവിച്ചില്ല.

കഴിഞ്ഞ ക്രിസ്തുമസിന് സിംലയിൽനിന്നും അവധിക്ക് നാട്ടിൽ വന്ന കപ്യാരുടെ മൂത്തമരുമകൻ സമ്മാനിച്ച വലിയ കമ്പിളി പുതപ്പിനെപ്പറ്റി അയാൾ ഓർത്തു. കട്ടിലിനടിയിൽ സൂക്ഷിച്ചിട്ടുള്ള വലിയ തകരപ്പെട്ടിയിൽ അത് ഉണ്ടാകുമെന്ന് ഓർത്തു. അവളുടെ വിരലുകൾ വിറയ്ക്കുന്നതും ചുണ്ടുകൾ കൂട്ടിയിടിക്കുന്നതും അയാൾ കണ്ടു. വികാരി ഇടവകയിലെത്തുന്നകാലത്തേ മേടയിലെ കുശിനിക്കാരിയായി വെറോണിക്ക ഉണ്ടായിരുന്നു. അതിനുശേഷം എത്രയോ മഞ്ഞുകാലങ്ങൾ, എല്ലുരുക്കുന്ന തണുപ്പുമായി ഇടവകയ്ക്കു മീതെ പൊഴിഞ്ഞു വീണു. അന്നൊക്കെ വെറോണിക്ക ഒരു മഞ്ഞിനും തണുപ്പിക്കാനാവാത്ത കനൽപോലെ ജ്വലിച്ചു നിന്നു. ചട്ടയിലും മുണ്ടിലും തളച്ചിടാനാവാത്ത യൗവനങ്ങളുമായി അവൾ ഇടവകയിലെ പൗരുഷങ്ങളെ ഉഷ്ണിപ്പിച്ചു. പള്ളിമേടയിലേക്കുള്ള നടവഴികളിൽ കാപ്പിച്ചെടികൾ പൂത്തുലഞ്ഞ് കാറ്റിനെ മദിപ്പിക്കുമ്പോൾ ആർദ്ര മഞ്ഞ് നിലാവിലേക്ക് അലിഞ്ഞിറങ്ങുമ്പോൾ ചിലപ്പോഴൊക്കെ വികാരിയും ഉഷ്ണിച്ചു. ദൂരെ ഓർമ്മകളുടെ അങ്ങേത്തലയ്ക്കൽ ചില്ലു ജാലകങ്ങളും കരിങ്കൽ ഭിത്തികളുമുള്ള ഒരു വീടിനു ചുറ്റും കാപ്പിച്ചെടികൾ പൂത്തു മദിച്ചിരുന്നു. പറയാൻ വെമ്പിനിന്നിരുന്ന ഒരു പ്രണയം... വികാരിയേയും ചൂടു പിടിപ്പിച്ചു. അപ്പോഴൊക്കെയും വേദപുസ്തകത്തിനോട് ഹൃദയം ചേർത്തുപിടിച്ച് അയാൾ കുമ്പസരിച്ചു. കരൾ പിളർന്ന് പുറത്തേക്ക് പ്രവഹിക്കാൻ വെമ്പിനിന്ന പ്രണയത്തിന്റെ ഉഷ്ണം കണ്ണീരിനാൽ തണുപ്പിച്ചു.

വെറോണിക്ക മറുപടിക്കായി കാത്തുനിന്നിരുന്നോ എന്നയാൾക്ക് നിശ്ചയമില്ലായിരുന്നു. ഓർമ്മകളിൽ നിന്നും തിരികെ എത്തുമ്പോഴേക്കും അയാൾ കഴിച്ചിട്ടുവച്ചിരുന്ന പാത്രങ്ങളുമായി അവൾ കുശിനിക്കരികിലുള്ള ചെറിയ മുറിയിലേക്ക് നടന്നിരുന്നു.

ളോഹ ഊരി അയാൾ അയയിലേക്ക് തൂക്കിയിട്ടു. അതിനടിയിൽ നിന്നും പുറത്തേക്ക് വെളിവായലോഹനാടയുടെ അറ്റത്ത് തിരുരൂപം തൂങ്ങിക്കിടന്നു. വിരലുകളിൽ കോർത്തുപിടിച്ച് അയാൾ അതിന്മേൽ അമർത്തി ചുംബിച്ചു. പിന്നെ കുരിശുവരച്ചു കിടക്കയിൽ ചാഞ്ഞിരുന്നുകൊണ്ട് വേദ പുസ്തകത്താളുകൾ മറിക്കാൻ തുടങ്ങി. 'ദൈവമേ നിന്നോട് ഞാൻ അപേക്ഷിച്ചിരിക്കുന്നു. നീ എനിക്ക് ഉത്തരമരുളുമല്ലോ. നീ നിന്റെ ചെവി എങ്കലേക്ക് ചായ്ച്ച് എന്റെ അപേക്ഷ

കേൾക്കേണമേ...' വരികളിടറാൻ തുടങ്ങി. ആ നേരം അയാൾ അൾത്താരയ്ക്കുമുന്നിൽ കാലിടറിപ്പോവുന്ന കപ്യാരുടെ മകൾ ട്രീസയെക്കുറിച്ചോർത്തു. അവളെച്ചൊല്ലി വ്യസനിച്ചു. പൊയ്ക്കാലുകളിൽ എഴുന്നുനിന്ന് ഞായറാഴ്ച കുർബ്ബാനകളിൽ അവൾ അവന്റെ മഹത്ത്വങ്ങളെ വാഴ്ത്തിപ്പാടി. എല്ലാരാത്രികളിലും അയാൾ അവൾക്കുവേണ്ടി അവനോടുള്ള പ്രാർത്ഥനകളിൽ മദ്ധ്യസ്ഥനായി. ദൈവസ്നേഹം അവളുടെ തളർന്ന കാലുകളിലേക്ക് കരുത്തായി പ്രവഹിക്കുമെന്നും പൊയ്ക്കാലുകൾ ഉപേക്ഷിച്ച് ഒരുനാൾ പള്ളിയിലേക്കുള്ള പടികൾ അവൾ നടന്നു കയറുമെന്നും പള്ളിപ്പെരുന്നാളിന് ഈശോയുടെ പിറവി നാടകത്തിൽ മാലാഖയായി നൃത്തം ചവിട്ടുമെന്നും ഓരോ പ്രാർത്ഥനയ്ക്കൊടുവിലും അയാൾ പ്രതീക്ഷിച്ചു.

അരമനയുടെ വാതിലിൽ തുടരെ തുടരെ ആരോമുട്ടുന്നു. വികാരി വേദപുസ്തകം അടച്ചുവച്ചു. എണീറ്റു. വാതിലിനുനേരെ നടക്കുമ്പോഴും മുട്ടു തുടർന്നു. ജയ്സൺ അക്ഷമനായിരുന്നു. തലയിൽ പറ്റിനിന്നിരുന്ന മഞ്ഞുകണങ്ങളെ തുടച്ചുമാറ്റാൻ പോലും മെനക്കെടാതെ അയാൾ ധൃതിപിടിച്ചു:

"അച്ചോ എനിക്ക് കുമ്പസരിക്കണം."

"ഇപ്പോഴോ....?" പാതിരി ക്ളോക്കിലേക്കു നോക്കി.

ജയ്സൺ അത് ശ്രദ്ധിച്ചതായി തോന്നിയില്ല. അയാൾ പള്ളിയിലേക്കു നടന്നിരുന്നു. മുൻപൊരിക്കൽ ഇതുപോലൊരു പാതിരാത്രിയിൽ കുമ്പസരിക്കാനുള്ള വെമ്പലോടെ അയാൾ അച്ചന്റെ അരമന വാതിലിൽ മുട്ടി. അന്ന് നട്ടുച്ച മുതൽ പള്ളി വക സ്കൂളിലെ രണ്ടാംതരത്തിൽ പഠിക്കുന്ന ഏയ്ഞ്ചൽ എന്ന പെൺകുട്ടിയെ കാണാതായി. അവളുടെ യൂണിഫോമും അടിയുടുപ്പും കാപ്പിത്തോട്ടത്തിനു നടുവിലുള്ള നിർച്ചാലിലൂടെ ഒഴുകിപ്പോകുന്നതു കണ്ടെന്ന് കന്നാലിച്ചെറുക്കന്മാർ സാക്ഷ്യം പറഞ്ഞു. ചപ്പിലകൾ മൂടിയ കുണ്ടൻ കുളത്തിനരികിൽ പകുതി തുറന്ന് തൂവിപ്പോയ ഒരു ചോറുപാത്രവും വള്ളിപൊട്ടിയ ഒരു കുഞ്ഞു ചെരുപ്പും പൊലീസുകാർ കണ്ടെത്തിയിരുന്നു. വെയിലിറങ്ങാത്ത കുണ്ടൻ കുളത്തിന്റെ ആഴങ്ങളിൽ നിന്നും ഉടുപ്പുകളില്ലാത്ത ഒരാത്മാവിന്റെ തേങ്ങൽ കുറേക്കാലത്തേക്ക് വികാരിമാത്രം കേട്ടുകൊണ്ടേയിരുന്നു.

ഒട്ടും തൃപ്തിയില്ലാത്ത മുഖത്തോടെ വികാരി കുമ്പസാരക്കൂട്ടിൽ നിന്നു. ജയ്സന്റെ പാപങ്ങളേറ്റുവാങ്ങി കർത്താവിങ്കലർപ്പിക്കാൻ തന്റെ ഹൃദയത്തെ അയാൾ പാകപ്പെടുത്തി. ജയ്സന്റെ ഏറ്റുപറച്ചിലിന്റെ ഭാരം വികാരിയെ തളർത്തി.

കപ്യാരുടെ വീടിനു ചുറ്റും കാപ്പിച്ചെടികൾ പൂക്കുകയും മഞ്ഞ് പെയ്തിറങ്ങുകയും ചെയ്തു. കപ്യാരുടെ പാനീസ് വിളക്ക് കരോൾ സംഘത്തിന്റെ വഴികൾ പ്രകാശിതമാക്കി. അവന്റെ അപദാനങ്ങളെ വാഴ്ത്തി ആവെളിച്ചം മുന്നോട്ട് നീങ്ങി. കുഴഞ്ഞുപോയ കാലുകളിൽ

എഴുന്നേറ്റ് നില്ക്കാൻ പോലുമാകാതെ അവൾകുതറി. ജയ്സനോട് യാചിച്ചു. കർത്താവിനോട് വിലപിച്ചു. പ്രളയമായി വന്ന് തന്നെ മൂടാൻ, തീയായി വന്ന് സകലതിനെയും എരിപ്പാൻ അല്ലെങ്കിൽ എണീറ്റോടാനുള്ള കരുത്തായി തന്റെ കാലുകളിൽ വന്ന് നിറയാൻ അവൾ കർത്താവിനോട് യാചന ചെയ്തു. പക്ഷേ, അവളുടെ വാക്കുകൾ പറുദീസയുടെ കവാടത്തിൽ ഇടറിവീണു. കരോൾ ഗീതികൾ അത്രമേൽ ഇമ്പമേറിയതായിരുന്നു! ഏറ്റവുമൊടുവിൽ, കടംകൊണ്ട ശരീരത്തിൽ നിന്നും വേറിട്ടുപോയ രണ്ട് പൊയ്ക്കാലുകൾ മാത്രം ആശ്രയമില്ലാതെ വെറും നിലത്ത് കിടന്ന് അസ്വസ്ഥതയോടെ ഉരുണ്ടു.

ദേവദൂതികൾ കാവലൊഴിഞ്ഞ നേരത്ത് കണ്ട ഒരു ദുഃസ്വപ്നമാകട്ടെ ഇതെന്ന് വികാരിക്ക് തോന്നി. പക്ഷേ, അൾത്താര... മെഴുകുതിരികൾ... അൾത്താരയ്ക്കുമുന്നിലെ അലങ്കാരച്ചെടികൾ... എല്ലാം എല്ലാം... സ്വപ്നമല്ല അതെന്ന് വികാരിയെ ബോദ്ധ്യപ്പെടുത്തി. ഏറ്റുപറച്ചിലിലൂടെ വിശുദ്ധനായി ജയ്സൺ വീണ്ടും പടിയിറങ്ങി. അൾത്താരയുടെ അരണ്ട വെളിച്ചത്തിൽ അയാളും കർത്താവും തനിച്ചായി. കർത്താവിനുമുന്നിൽ വികാരി മുട്ടുകാലിൽ നിന്ന് ദൈവകൃപയ്ക്കായി യാചിച്ചു. പൊയ്ക്കാലുകളിൽ എഴുന്നു നിന്നുകൊണ്ട് മെഴുകുതിരികൾ ശരീരവും മനസ്സുമെരിച്ച് അയാൾക്കൊപ്പം ദൈവകൃപ തേടി. 'നിത്യ ജീവനും സത്യവുമായ കർത്താവേ അങ്ങെന്താണ് ഞങ്ങളുടെ പ്രാർത്ഥനകൾ കേൾക്കാതെ പോകുന്നത്.....'

അൾത്താരയ്ക്കു പിന്നിൽ ജയ്സൺ വക എന്ന് ആലേഖനം ചെയ്യപ്പെട്ട ഒരു പൊൻ കുരിശിൽ തറയ്ക്കപ്പെട്ടവന്റെ വേദനയോടെ, നിസ്സഹായതയോടെ വികാരിയെത്തന്നെ നോക്കി കർത്താവ് കിടന്നു.

കർത്താവിനെ തനിച്ചാക്കി പള്ളിയുടെ വാതിലുകൾ ചേർത്തടച്ച് പടിയിറങ്ങുമ്പോൾ അടിവാരത്തിൽ മഞ്ഞുവീണു കുതിർന്ന ഇരുട്ടിൽ ജീവിതഭാരം ചുമന്ന് ശ്വാസം വിങ്ങിപ്പോയവന്റെ ചുമ കൈകാലിട്ടടിക്കുന്നതായി വികാരിക്ക് തോന്നി. ജീവനില്ലാത്ത പൊയ്ക്കാലുകളിൽ പടുത്തുയർത്തിയതാണ് തന്റെയും കപ്യാരുടെയും ജീവിതങ്ങൾ എന്ന് അയാൾക്ക് തോന്നി. അടിവാരത്ത് അങ്ങിങ്ങായി മങ്ങിയും തെളിഞ്ഞും കത്തുന്ന നക്ഷത്ര വെട്ടങ്ങൾ തിരുപ്പിറവിയെ അടയാളപ്പെടുത്തി. അതിലൊരെണ്ണം ഒരുപക്ഷേ, ട്രീസ തെളിയിച്ചതുമാവാം. അവളുടെ ഉറക്കം എന്നെന്നേക്കുമായി അവസാനിച്ചു കഴിഞ്ഞല്ലോ...! പറയാതെ നെഞ്ചിൽ തളച്ചിട്ട ഒരു പ്രണയത്തെച്ചൊല്ലി അന്നാദ്യമായി അയാൾ പശ്ചാത്തപിച്ചു. വെറോണിക്കയുടെ മുറിയിൽ അപ്പോഴും വെട്ടം കണ്ടു. ളോഹ തിരികെ അയയിലേക്ക് തൂക്കുമ്പോൾ ളോഹനാടയുടെ അറ്റത്ത് ഞാന്നു കിടന്ന ക്രൂശിത രൂപത്തെ കാണാതിരിക്കാൻ അയാൾ ശ്രമിച്ചു. പിന്നെ കട്ടിലിനടിയിൽനിന്നും ആയാസപ്പെട്ട് വലിയ തകരപ്പെട്ടി വലിച്ചു നീക്കി കപ്യാരുടെ മകൻ സിംലയിൽ നിന്നും കൊണ്ടുവന്ന കമ്പിളിപ്പുതപ്പിനായി പരതി.

ആത്മായനങ്ങൾ

എങ്ങനെയാണ് അത് കഴിഞ്ഞത് എന്ന് ഓർത്തെടുക്കാൻ പോലും ശന്തനുവിന് കഴിഞ്ഞില്ല. ആദ്യം വീണത് ലീലയായിരുന്നു. മരങ്ങളുടെ വേരുകൾക്കിടയിലൂടെ അവൾ താഴേക്ക് ഉരുണ്ടുരുണ്ട് പോകുമ്പോൾ ചെമ്പിച്ച മുടിയും നനഞ്ഞ കണ്ണുകളുമുള്ള അസ്ന ഒരു തുണിക്കെട്ട് പോലെ അവളുടെ നെഞ്ചിൽ തൂങ്ങിക്കിടന്നിരുന്നു. ഒരു നിലവിളി ശബ്ദം പോലുമുയർത്താതെ അവർ താഴേക്ക് ഉരുണ്ടു. അവർ പോയ വഴി ചോര യുടെ ഒരു നാട വലിച്ചുവച്ചു. കാടിന്റെ ആഴങ്ങളിൽ മേഘങ്ങൾ കരുവാ ളിച്ചു കിടന്നു. പടർന്ന ചില്ലകളിലേക്കും വള്ളിപ്പടർപ്പുകളിലേക്കും അയാൾ എത്തി നോക്കി. ലീലയുടെ നീണ്ട മുടി അതുമല്ലെങ്കിൽ സാരിത്തലപ്പ് ഒരു കാട്ടുവള്ളിയിൽ കെട്ടുപിണഞ്ഞ് താഴേക്ക് വീഴാതെ പിടിച്ചു നിന്നേക്കുമെന്ന പ്രതീക്ഷ ശന്തനുവിനുണ്ടായിരുന്നു. ഔത്സുക്യത്തോടെ അയാളുടെ കാഴ്ച താഴ്‌വാരമിറങ്ങവേ വലിയ ഒച്ചയോടെ തെറിച്ചുവന്ന ഒരു ലോഹത്തുണ്ട് അയാളുടെ മുതുകിലൂടെ കയറി ഹൃദയത്തെ തുളച്ച് ഇറങ്ങിപ്പോയി. അയാൾക്ക് നൊന്തു. ഉറക്കെ നിലവിളിക്കാനായി തുറന്നു വച്ച വായയോടെ അയാളുടെ ഉടൽ ഊർന്നു വീണു. ഉടൽക്കനമൊഴിഞ്ഞ് ഒരുപഞ്ഞിത്തുണ്ടു പോലെ അയാൾ മേലേക്ക് ഉയർന്നു പൊങ്ങി. താഴ്‌വരയിലേക്ക് വീണുപോയ ഉടൽച്ചേതങ്ങൾ വലിച്ചുവച്ച ചോരയുടെ നാടയിൽ കുതിർന്ന് ആ പഞ്ഞിത്തുണ്ട് താഴേക്ക് താണുവന്നു. മുൾപ്പടർ പ്പുകളിലേക്ക് ഇറങ്ങിച്ചെന്ന് അവരെ കൈ പിടിച്ചുയർത്തണമെന്ന് നിശ്ചയിച്ചു കൊണ്ട് ശന്തനു തന്നെത്തന്നെ താഴ്‌വാരത്തിലേക്ക് വലിച്ചു.

മൂന്നു ദിവസം മുമ്പ് ലീലയെയും അസ്നയെയും അയാളോടൊപ്പം പറഞ്ഞുവിടുമ്പോൾ നാരായൺ കൗശലിന്റെ കണ്ണുകൾക്ക് വലിയ മഴയ്ക്കൊടുവിലെ അഗത്തിപുഴയുടെ കലക്കമായിരുന്നു. ഒരു

പുള്ളിപ്പുലി ഗർഭമൊഴിയുന്ന കൃതൃത്തിലേക്ക് ക്യാമറയും സൂം ചെയ്ത് പിടിച്ച് നരിവേങ്ങയുടെ ഒറ്റച്ചില്ലയിൽ നൊപ്പുവിനൊപ്പം മണിക്കൂറുകളോളം നീണ്ടകാത്തിരിപ്പ്. ചോരയൊലിക്കുന്ന വലതു കാലുമായി ക്യാമറാക്കണ്ണിലേക്ക് കയറി വന്നത് കൗശൽ ആയിരുന്നു. ആശാന്റെ സിംഹ പ്രസവം വായിച്ച കാലം മുതൽ മനസ്സിൽ കയറിക്കൂടിയ മോഹമായിരുന്നു അത് കാണണമെന്നത്. കറുമ്പിപ്പശു പെറാൻ നില്ക്കുമ്പോൾ കാണാൻ ചെന്നതിന് കിട്ടി, അച്ഛന്റെ വക തല്ല്. 'ഇതൊന്നും കുട്ടികൾ കാണാമ്പാടില്ലാത്തതാണ്' എന്ന് പറഞ്ഞ് വീടിനകത്തേക്ക് തള്ളിവിട്ട് അമ്മ വാതിൽ താഴിട്ടു. അതിനും മൂന്നാം നാളിലായിരുന്നു ഷെറീഫിന്റെ ആട് പെറാൻ തുടങ്ങിയത്. രാജീവൻ മാഷിന്റെ കണക്കു ക്ലാസും കട്ട് ചെയ്ത് ആടിന്റെ പ്രസവം കാണാനിറങ്ങിയതായിരുന്നു. 'ആങ്കുട്ട്യോള് കാണാമ്പാടില്ലാത്തതാണ്' എന്ന വാചകത്തോടെ ഷെരീഫിന്റെ ഉമ്മയും വീട്ടിനകത്തേക്ക് തള്ളിവിട്ട് ഓടാമ്പലിട്ടു. അടിച്ചമർത്തലുകളിൽ മോഹം അഭിനിവേശമായി.

വൈൽഡ് ലൈഫ് ഫോട്ടോഗ്രഫി ക്യാമ്പിനൊടുവിൽ, പങ്കെടുത്തവരുടെ അഭിലാഷങ്ങൾ കുറിച്ചു നല്കാൻ ആവശ്യപ്പെട്ടപ്പോൾ എഴുതിപ്പോയത് 'ഒരു സിംഹപ്രസവത്തെ ക്യാമറയിലാക്കുക' എന്നായിരുന്നു. അത് വായിച്ചപ്പോൾ ആരും ചിരിക്കുകയോ കളിയാക്കുകയോ ചെയ്തില്ല. എല്ലാവരും അവരവരുടേതായ ഏതൊക്കയോ മോഹങ്ങളിൽ വീണ് നിശ്ശബ്ദരാവുകയാണുണ്ടായത്. നൊപ്പുവാണ് ഒരു രഹസ്യം പോലെ വയറൊഴിയാൻ പാകമായിരുന്ന ഒരു പുലി ഗർഭത്തെപ്പറ്റി പറഞ്ഞത്. അവനതെങ്ങനെ അറിയാനായി....? കാടിനെപ്പറ്റിയുള്ള ഒരു പന്ത്രണ്ട് വയസ്സുകാരന്റെ തിരിച്ചറിവുകൾ എപ്പോഴും അതിശയിപ്പിക്കുന്നതായിരുന്നു!

കൗശലിന്റെ വലതുകാൽ തുളച്ച് ചോരയൊഴുകിയിരുന്നു. മാംസം ചിതറിയിട്ടുണ്ടായിരുന്നു. പുലി അസ്വസ്ഥയായി. ഗർഭമൊഴിയാനുള്ള തത്രപ്പാടായിട്ടായിരുന്നു ആദ്യം ശന്തനുവിനത് തോന്നിയത്. അത് ആദ്യം മുരളാൻ തുടങ്ങി. പിന്നെ അലറാനും. അതിനൊപ്പം ചുറ്റുമുള്ള പാറക്കെട്ടുകളും പിന്നെ കാടാകെയും അലറിത്തുടങ്ങി നൊപ്പുവിനൊപ്പം കൗശലിനെയും താങ്ങി ഓട്ടമായിരുന്നു. ചോരമണമേറ്റ പുലിയമ്മ ഇരയെപ്പറ്റി കൂട്ടുകാർക്ക് നല്കിയ സന്ദേശമായിരുന്നു അതെന്ന് നൊപ്പുവും കൗശലും പറയും വരെ ശന്തനുവിനത് മനസ്സിലായിരുന്നില്ല. കൗശലിനെയും താങ്ങി ഓടുമ്പോഴും ശന്തനു ഇച്ഛാഭംഗത്തോടെ പല്ലുഞെരിച്ചു.

പക്ഷേ, ക്യാമറയിലേക്ക് പകർന്നെടുക്കേണ്ട ഒരു വെറും കാഴ്ചയല്ല കാടെന്ന് പിന്നെപ്പിന്നെ കൗശലും അയാളുടെ വന്യയെന്ന എൻ ജി ഒ സംഘടനയും ഓർമ്മിപ്പിച്ചു. ക്യാമറയുടെ വീക്ഷണ മേഖല കാഴ്ചകളിൽ നിന്നും കാടിന്റെ നെഞ്ചിലേക്ക് മാറ്റി സൂം ചെയ്യാൻ പഠിച്ചത് വേഗത്തിലായിരുന്നു...

അവകാശങ്ങളെപ്പറ്റിയുള്ള ബോധനങ്ങൾക്കും, ചെറുത്തുനില്പിനുള്ള ഉദ്ബോധനങ്ങൾക്കുമായി വന്നു പോയവരുടെ ഛായയിലുള്ള കുട്ടികളെ പെറ്റുകൊണ്ട് ഭർത്താവില്ലാത്ത വല്ലിയും കാളിയും മാല മുത്തുവും ചെമ്പകവും അമ്മമാരായി. വനപാലകർ ഉന്തിക്കയറ്റിയ ഗർഭത്തിൽ വയറു പൊട്ടി മാലയും അരശിയും ചത്തു. കാട്ടാനയുടെ കുത്തേറ്റ് മരിച്ച മല്ലന്റെ ദേഹത്തിന് വെടിയുപ്പിന്റെ മണമായിരുന്നു. കാശലിന്റെ കഥകളിൽ ദാരിദ്ര്യവും വന വ്യാധികളും വ്യഥകളും പടർന്നു കിടന്നു. ഉപയോഗിച്ച് അർത്ഥ തലങ്ങൾ വ്യത്യാസപ്പെട്ടു പോയ പദമായിരുന്നു വന്യത, നാടിനോളം കാടത്തം കാടിനില്ലായെന്ന തിരിച്ചറിവ്..... കൗശലിൽ നിന്നും പകർന്നു കിട്ടിയതൊക്കെയും പുതിയവയായിരുന്നു. വന്യയോടൊപ്പമുള്ള വനയാത്രകൾ അഗത്തിയൂരിൽ നിന്നും വട്ടമേട്ടിലേക്കും ചിത്തിയൂരിലേക്കും പറമുട്ടിലേക്കും നീണ്ടു. അയാളുടെ വാക്കുകൾക്കിടയിൽ ചിലപ്പോഴൊക്കെ എത്തിനോക്കിയ ഒരു പേരു മാത്രമായിരുന്നു ഡോ. മിലിന്ദ് ശ്രീനിവാസ്. മനപൂർവ്വമായ ഒരു പരിചയപ്പെടൽ വന്യയുടെ രീതിയായിരുന്നില്ല. അത് അതിന്റെ എഴുതപ്പെടാത്ത നിയമവുമായിരുന്നു. ലീലയെ മുന്നോട്ട് നീക്കി നിർത്തി കൗശൽ പറഞ്ഞു:

"ഇത് ലീല, മിലിന്ദിന്റെ ഭാര്യ..." മിലിന്ദിന്റെ മരണത്തെപ്പറ്റി ശന്തനുവും കേട്ടിരുന്നു. അയാൾ അങ്ങേയറ്റം അലിവോടെ ലീലയെ നോക്കി. പക്ഷേ അവരത് ശ്രദ്ധിച്ചിരുന്നില്ല. അവരുടെ ഒക്കത്തിരുന്ന അസ്ന നനഞ്ഞ കണ്ണുകളുയർത്തി ശന്തനുവിനെ നോക്കി പിന്നെ അവർക്കു മീതെ പറന്നു പോയ മലന്തത്തകളുടെ കൂട്ടത്തെ നോക്കി വിരൽ ചൂണ്ടി.

"ശന്തനു, ഇവരിവിടെ സേഫ് അല്ല... നിങ്ങൾ ഇവരെ അഗത്തിയൂരിൽ എത്തിക്കണം. ഗീത ബാക്കി നോക്കിക്കൊള്ളും." സ്ഥിരമായുള്ള വഴി വേണ്ട. ചിത്തിയൂര് വരെ നൊപ്പു വഴികാട്ടും.

"അസ്നയെ ഒക്കത്തെടുത്ത് നിലത്തിരുന്ന തുണി സഞ്ചിയെ വലത്തേ ചുമലിൽ തൂക്കി ലീല നടന്നുതുടങ്ങിയിരുന്നു. മറിച്ചൊരു ചോദ്യത്തിന് ഇടനല്കാതെ കൗശലും കാടുകയറി വനയാത്രയിൽ അധിക നേരവും ലീല നിശ്ശബ്ദയായിരുന്നു. സാധാരണ കുട്ടികളിൽനിന്നും വ്യത്യസ്തയായി അസ്നയും നിർബ്ബന്ധങ്ങളൊഴിഞ്ഞ് ചിരിയും കൊഞ്ചലുമില്ലാതെ ഒരു തുണി ഭാണ്ഡം പോലെ ലീലയുടെ മേൽ പറ്റിക്കിടന്നു.

അതിരപ്പള്ളിയിലെ വൈൽഡ്ലൈഫ് ഫോട്ടോഗ്രാഫിയുടെ ക്യാമ്പിൽ നിന്ന് കാടിന്റെ വിളി തടുക്കാനാവാതെ ഡോ. മിലിന്ദ് ശ്രീനിവാസിനൊപ്പം വന യാത്രയ്ക്കിറങ്ങിയ ലീല. യാത്ര അവസാനിച്ചത് അഗത്തിയൂരിലെ വന്യയുടെ ആശുപത്രിയിലായിരുന്നു. ഒടുവിൽ മൂന്നു ദിവസം മുമ്പ് ആനത്താരയിൽനിന്നും മിലിന്ദിന്റെ വെടിയുണ്ടയേറ്റ് തുളവീണ ശരീരം കണ്ടെടുക്കുന്നത്... അതുവരെയുള്ളത് വളരെ ചുരുക്കി മറ്റാരുടേയോ കഥ പറയുന്ന ലാഘവത്തോടെയാണ് ലീല പറഞ്ഞവസാനിപ്പിച്ചത്.... ലീലയുടെ കണ്ണുകൾ നിറഞ്ഞില്ല, അത് നിറയണമെന്ന്

ശന്തനു ആഗ്രഹിച്ചെങ്കിലും തളർച്ചമാറ്റാനിരുന്ന വലിയ പാറകൾക്കു മീതെയിരുന്ന് ലീല സംസാരിച്ചത് അഗത്തിയൂരിൽ വന്യക്കുവേണ്ടി മിലിന്ദ് പടുത്തുയർത്തിയ ചെറിയ ആശുപത്രിയെപ്പറ്റിയായിരുന്നു. അതിന്റെ വരും കാലത്തെപ്പറ്റി അവൾ ആകാംക്ഷയുള്ളവളായി. ഇനിയും ലഹരിയിലേക്ക് വീണു പോയേക്കാവുന്ന ഊരിലെ ചെക്കന്മാരെച്ചൊല്ലി അവൾ കുണ്ഠിതപ്പെട്ടു. പോഷകാഹാരമില്ലാതെ മരിച്ചുപോയേക്കാവുന്ന ചിത്തിരയെയും കരുമാലിയെയും ചൊല്ലി കണ്ണുതുടച്ചു. രണ്ടാമത്തെ പകൽ ചിത്തിയൂരിലവസാനിച്ചപ്പോഴേക്കും നൊപ്പു വഴിപിരിഞ്ഞു. മൂന്നാമത്തെ പകലിൽ സംസാരം തീരെക്കുറവായിരുന്നു. പരസ്പരമുള്ള ചോദ്യങ്ങളും ഉത്തരങ്ങളും ഒന്നോ രണ്ടോ വാക്കുകളിലവസാനിച്ചു. ഒരാക്രമണം അപ്രതീക്ഷിതവുമായിരുന്നു.

മരച്ചില്ലകളും പടർപ്പുകളും ലീലയേയും അസ്നയേയും തടഞ്ഞില്ല. ചോരയുടെ നാട കൊക്കയുടെ അടിത്തട്ടിലേക്ക് നീണ്ടു...... അടിവാരത്തു നിന്നും മുരൾച്ചയോടെ ഉയർന്നുവന്ന കാറ്റിനൊപ്പം അയാളും ഉയർന്നു പൊങ്ങി. പിന്നെ വിശറി പോലെ വിടർന്നു. അപ്പോഴാണ് വീണ്ടും വെടിയൊച്ചകൾ മുഴങ്ങിയത്. ചിലതൊക്കെ അയാളിലൂടെ കയറിയിറങ്ങി തോക്കേന്തിയ ശരീരങ്ങളെ ചുമന്ന് ബൂട്ടുകൾ അയാൾക്ക് മീതെക്കൂടി അയാളെ നോവിക്കാതെ കടന്നുപോയി ഒരു വെളുത്ത പൊലിസുകാരൻ അയാളിൽനിന്നും ഊർന്ന് വീണ ഉടൽക്കവചത്തെ ചവിട്ടി നിവർത്തിയിട്ടു. കൈകൾ മൂക്കിനോട് ചേർത്തു പിടിച്ച് ശ്വാസമളന്നു. പിന്നെ ആഹ്ലാദത്തോടെ വായിൽ കിടന്നിരുന്ന പാൻ പരാഗിന്റെ ബാക്കിയെ പല്ലുകൾക്കും പുണ്ടുകൾക്കുമിടയിലൂടെ ചീറ്റിച്ചു കൊണ്ട് പറഞ്ഞു: "ചത്ത്...., ചത്താലും ഉയിർക്ക്ണ എനമാണ്....സൂക്ഷിച്ച് നോക്ക്..."

ഒരു കഷണ്ടിത്തലയൻ മുന്നോട്ടാഞ്ഞു. "ഏയ് ഇത്... തീർന്ന്" അയാൾ ഉറപ്പിച്ചു. ബൂട്ടിന്റെ അടി ഭാഗംകൊണ്ട് ആത്മാവൊഴിഞ്ഞ ഉടലിൽ പലവട്ടം മുദ്ര വച്ച് അയാൾ തൃപ്തനായി. ഓരോ മുദ്രയിലും ശന്തനുവിന്റെ ഹൃദയം ചോരതുപ്പി. ഒടുവിൽ അതിനെ വനഗർത്തത്തിലേക്ക് കാല് കൊണ്ട് തട്ടിയെറിഞ്ഞ് അവർ തൃപ്തരായി.

കൂടെ ഒർത്തി ഒണ്ടായ്രുന്നല്ലോ... അവള് നരിമടേല് ക്ക് വീണ്..." മൂന്നാമതൊരു കറുമ്പൻ തോക്കെടുത്ത് അരിശത്തോടെ താഴ്‌വരയിലേക്ക് തുരുതുരാ നിറയൊഴിച്ചു.

നരിമടയിലേക്ക് വീണുപോകുന്ന തന്റെ ശരീരത്തെ ശന്തനു അനുഗമിച്ചു. മരച്ചില്ലകളിൽ തപ്പിയും തടഞ്ഞും അയാളുടെ ചോരയൊലിച്ച ശരീരം അഗാധ ഗർത്തത്തിലേക്ക് വീണു പോയി. യാത്രാ വഴിയിലേക്ക് ചില്ലവിടർത്തിനിന്ന ഒരു പൂവരശിലേക്ക് അയാൾ തൂവൽപോലെ ഒട്ടിപ്പിടിച്ചു. താഴെനിന്നും ഒരു മുരൾച്ച പോലെ ഉയർന്നു വന്ന കാറ്റിൽ ലീലയുണ്ടായിരുന്നു. ഞാന്നു കിടന്ന മറ്റൊരു ചില്ലയിൽ അവളുമിരുന്നു.

"അഗത്തിയൂരിലേക്കാണ് അവര് പോയിരിക്കുന്നത് കൗശൽ ഈസ് ദെയർ ടാർജറ്റ്....." അയാൾ പറഞ്ഞു. അവൾ അത് കേട്ടതായി ഭാവിച്ചില്ല.

“നിങ്ങൾ സിംഹ പ്രസവം ഷൂട്ട് ചെയ്യോ....” അവൾ പരിഹാസത്തോടെ ചോദിച്ചു. അയാൾ വിസ്മയിച്ചു: “ലീലയ്ക്കെങ്ങനെ അത്......”

“ആ ക്യാമ്പിൽ ഞാനുമുണ്ടായിരുന്നു.”

ങേ... ഞാൻ ഓർക്കുന്നില്ല... ഞാൻ മാത്രമല്ല. മിലിന്ദുമുണ്ടായിരുന്നു. അവൾ കൂട്ടിച്ചേർത്തു. അയാൾ അതിശയിച്ചു.

‘‘ഞാൻ ശ്രദ്ധിച്ചിരുന്നില്ല’’. അയാൾ ക്ഷമാപണം ചെയ്തു. നിങ്ങളെപ്പോലൊരാളുടെ ശ്രദ്ധയാകർഷിക്കാൻ പറ്റിയ യാതൊന്നും എനിക്കുണ്ടായിരുന്നില്ല....” അവളുടെ സ്വരത്തിൽ നിരാശ കലർന്നു. മറ്റെന്തോകൂടി അവൾ പറയാൻ തുടങ്ങവേ താഴെ നിന്നും അസ്നയുടെ ഞരക്കം കേട്ടു. അത് ഉച്ചസ്ഥായിലായി. പിന്നെക്കുറേ നേരം നിശ്ശബ്ദത. എല്ലാം അവസാനിച്ചു....

“ഹാവ് യു എവർ സീൻ ഹൗ എലിഫന്റ്സ് മേയ്റ്റ്.” ഓർക്കാപ്പുറത്തായിരുന്നു ലീലയുടെ ചോദ്യം. നോ......”

“വീ ഹാവ്...... ഞാനും മിലിന്ദും....” കുറഞ്ഞൊരു നിശ്ശബ്ദതയ്ക്കൊടുവിൽ അവൾ തുടർന്നു. “ഞങ്ങൾ കണ്ടിട്ടുണ്ട്. അന്നാണ് “അസ്ന എന്നിലേക്കിറങ്ങി വന്നത്.” ലീല ഓർമ്മകളിലേക്ക് ജീവനമർത്തി.

താഴെ നിന്നും ഒരു ചിത്രശലഭമെന്നപോലെ അസ്ന മേലേക്ക് പറന്നു വന്നു. പൂവരശിന്റെ ചില്ലയിൽ നിന്നും ലീലയും അവളോടൊപ്പം ചേർന്നു. അവർ താഴ്വാരവും കടന്ന് വനനീലിമയിലേക്ക് പറന്നു. ശലഭങ്ങളുടെ ഒരുകൂട്ടത്തോടൊപ്പം ചേർന്നു.

ദൂരെ പക്ഷികളുടെ കലമ്പലുകളും വെടിയൊച്ചകളും ഇടയ്ക്കിടെ കേട്ടുകൊണ്ടിരുന്നു. ശന്തനു അപ്പൂപ്പൻതാടിപോലെ പറന്നുയർന്നു. പുൽമേട്ടിനു മീതെ പന്തലിച്ച പൂമരത്തിന്റെ ചില്ലകളിലൂഞ്ഞാലാടിയും തലകീഴായി തൂങ്ങിമറിഞ്ഞും രസിക്കുയായിരുന്നു നൊപ്പു. അവൻ അയാളെ കണ്ടതായി ഭാവിച്ചില്ല. അയാളുടെ സഞ്ചാരത്തിന് വേഗമാർജ്ജിച്ചു. അഗത്തിയൂരിൽനിന്നും വന്നകാറ്റിൽ ചോരയും വെടിമരുന്നും മണത്തു. തന്റെ മുടന്തിപ്പോയ കാലും വലിച്ചുവച്ച് നടക്കുന്ന കൗശലിനെ അയാൾ എമ്പാടും തിരഞ്ഞു. പക്ഷേ, കാറ്റിനെക്കാൾ വേഗമായിരുന്നു ശന്തനുവിന്. വായുവിലൂടെയുള്ള യാത്ര അയാളെ രസിപ്പിച്ചു. മേഘങ്ങളുടെ പരപ്പിനുകീഴെ ഒരു കടൽമത്സ്യത്തെപ്പോലെ ചിറകു വിടർത്തി അയാൾ കിടന്നു. കാറ്റിന്റെ തലോടലും താഡനവുമേറ്റ് അയാളുടെ സഞ്ചാര പഥം ഷെരിഫിന്റെ വീടും കടന്ന് പോയി.

കോസടിയിൽ തലചായ്ച്ച് അമ്മ ഉറങ്ങുകയായിരുന്നു. അടച്ചുഭദ്രമാക്കിയ മുറിയുടെ ഓടാമ്പലെടുത്തുമാറ്റി ശന്തനു പുറത്തേക്കിറങ്ങി. തൊഴുത്തിൽ തീരെ വെട്ടം കുറഞ്ഞ ഒരു വൈദ്യുതി വിളക്ക് മങ്ങിക്കത്തി നിന്നു. കറുമ്പി മുഖമുയർത്തി അയാളെ നോക്കി. പിന്നെ മുക്രയിടാൻ തുടങ്ങി.

ഉറുമ്പുകൾ ബാക്കിയാക്കിയത്

മാംസം രുചിച്ച ശവംതീനി ഉറുമ്പുകൾ ചത്തപക്ഷിക്ക് മീതെ വരി പിടിച്ചു. കാറ്റിനുപോലും കടക്കാനുള്ള ഇടം ബാക്കിയിടാതെ അതിനുമീതെ തിങ്ങിഞെരുങ്ങി പച്ചത്തൂവലുകളും, ചുവന്ന കൊക്കും ചെറിയ അസ്ഥികൂടവും കൂട്ടിൽ ബാക്കിയാക്കി അവ പൊഴിഞ്ഞു വീണത് പത്തുവയസ്സുകാരനായ പട്ടേരിയുടെ തലയ്ക്കുള്ളിലേക്കായിരുന്നു. മസ്തിഷ്കത്തിന്റെ ബോധാബോധങ്ങളുടെ മടക്കിനുള്ളിൽ അവ സ്ഥിരവാസമുറപ്പിച്ചു. മേലാകെ ചുട്ടുപൊള്ളുന്ന പനിത്തുള്ളലിനിടയിലും ലച്ചൂനെ പ്രസവിക്കാനായി ആനന്ദം കിടന്നിരുന്ന ഗർഭമുറിയ്ക്ക് മുമ്പിലെ പ്ലാസ്റ്റിക് കസേരയിലെ അക്ഷമമായ കാത്തിരിപ്പിലും നാല്പതാം വയസ്സിൽ സ്റ്റേഷൻ മുറിക്ക് മുമ്പിലെ നീണ്ട വരാന്തയിൽ ചോര തുപ്പി കുഴഞ്ഞു വീണപ്പോഴും രാത്രി ബീറ്റിനിടയിൽ പൊന്തയ്ക്കപ്പുറത്തെ തുറസ്സിൽ മൂത്രമൊഴിക്കാൻ കുന്തിച്ചിരിക്കുമ്പോൾ, ചിലപ്പോഴും ഉറുമ്പുകൾ മസ്തിഷ്ക മടക്കുകളിൽ നിന്നും ഊർന്നിറങ്ങി മൂക്കിലും ചെവിയിലും വായിലും തിങ്ങിനിറഞ്ഞ് പുറത്തേക്ക് കവിഞ്ഞിറങ്ങി. അതുകൊണ്ട് ആ കാഴ്ച ആദ്യം ഒരു തോന്നലായി മാത്രമേ പട്ടേരി കരുതിയുള്ളൂ. പിന്നത്തെ കാഴ്ചയിൽ ചെമ്പുതരികൾ പോലെ ഉറുമ്പിൻ കണ്ണുകൾ തിളങ്ങി. ഉറുമ്പിന്റെ വലിയ കൂന.... പരവേശത്തോടെ പട്ടേരി ഞെക്കുവിളക്കു കെടുത്തി, ആ കാഴ്ചയെ ഇരുട്ടിട്ടു മൂടി.

"കാദറേട്ടാ ദാ....... അവിടെ..... എന്താ..."

ഞെക്കുവിളക്ക് അവുക്കാദറിന് നേരെ നീട്ടി പട്ടേരി വാക്കുകൾ വിക്കി. ഞെക്കുവിളക്ക് പിന്നെയും തെളിഞ്ഞു. അവുക്കാദറിന്റെ കണ്ണിലും ചെമ്പു തരികൾ തിളങ്ങി. ലംബദിശയിൽ ഉയർന്നു പൊങ്ങിയ ഒരു പിരമിഡിന്റെ രൂപമാർജ്ജിച്ചു, കാഴ്ച.

"അള്ളാ......" അവുക്കാദർ നീട്ടിവിളിച്ചു.

"ന്താദ്........ ഉറുമ്പ്....... ഞാനിദാദ്യായ്ട്ടാ ഇങ്ങനൊരു ഉറുമ്പ് പുറ്റ്......."

അയാളുടെ അതിശയോക്തിയെ ഒന്നുകൂടി ബലപ്പെടുത്തിക്കൊണ്ട് തെക്കു നിന്നൊരു തീവണ്ടി പാളത്തിലൂടെ ചൂളംകുത്തി. തീവണ്ടിയുടെ നീട്ടിപ്പിടിച്ച വെളിച്ചത്തിലേക്ക് ചെമ്പുകൂനയിൽനിന്നും രണ്ട് കാലുകൾ ഞാന്നു കിടന്നു.

"പട്ടേരി.... ദാ ങ്ട്ട് നോക്ക്...... ശവാ ശവം"

കത്താത്ത ടോർച്ചിനെ കത്തിക്കാൻ പാടുപെട്ടുകൊണ്ട് അയാൾ അതിനെ ഉള്ളംകൈയിൽ ചേർത്ത് ശക്തമായി ഇടിച്ചു. "നാശം...... വേണ്ട നേരത്ത് കത്തൂല...."

അയാൾ അക്ഷമനായി. ടോർച്ചിൽനിന്നും ഇളക്കിയെടുത്ത ബാറ്ററി തിരിച്ചും മറിച്ചും ഇട്ട് പിന്നെയും ഞെക്കിത്തെളിക്കാനുള്ള ശ്രമം ആരംഭിച്ചു. ഒടുവിൽ അയാൾ വിജയിക്കുക തന്നെ ചെയ്തു.

ടോർച്ച് ലൈറ്റിന്റെ വെളിച്ചത്തിൽ നിറയെ മുത്തുകളുള്ള രണ്ട് കൊലുസുകൾ മിന്നിത്തിളങ്ങി. അവുക്കാദർ പൊലീസിന്റെ ബൂട്ടു തട്ടവേ അവ കുലുങ്ങിച്ചിരിച്ചു. കൊലുസിന്റെ കൊഞ്ചൽ സമ്മാനിച്ച ഓർമ്മയുടെ സ്നിഗ്ദ്ധതയിൽ അവുക്കാദർ ഉമ്മുവിനെക്കുറിച്ചോർത്തു. മുഖം നിറഞ്ഞ ചിരിയുമായി അവൾ പാലുകണക്കേ പതഞ്ഞു. കൊഞ്ചിക്കൊണ്ട് അയാളുടെ നെഞ്ചിലെ നരച്ചരോമത്തിൽ ഇക്കിളിയിട്ടു.

സൈനുവിന്റെ ശുഷ്കമായ മുലകളെ ഈമ്പിക്കുടിച്ചു. പഞ്ഞിക്കെട്ടുകൾ പോലെ വെളുത്ത കുഞ്ഞാടുകൾക്ക് പിന്നാലെ പച്ചപ്പിലേക്ക് ഇറങ്ങി നടന്നു.

ഞെക്കുവിളക്ക് ബദ്ധപ്പെട്ട് തെളിയിച്ച് അയാൾ ഉറുമ്പുകൂനയിൽ നിന്നും പുറത്തേക്ക് വെളിപ്പെട്ടു കിടന്ന കാലുകളിലേക്ക് പിന്നെയും പിന്നെയും നോക്കി.

"ന്റെ. ഉമ്മൂന്റെ രണ്ട് കാലിലും നെറച്ച് കരപ്പനാ ഇത് നല്ല വെളുത്ത് ഭംഗീള്ളതാ......"

സ്വയം പറഞ്ഞ് അയാൾ വിളക്ക് കെടുത്തി എണീക്കാൻ ശ്രമിച്ചു.

"കാദറേട്ടാ ന്റെ ലച്ചൂന്റെ വലത് കാലിലെ മുട്ടിന് കീഴെ രു പാലുണ്ണീണ്..."

അവുക്കാദർ പിന്നെയും തറയിൽ കുത്തിയിരുന്നു. വിളക്ക് തെളിയിച്ചു. പിന്നെ നെടുനിശ്വാസത്തോടെ എണീറ്റു കാലിലും ബൂട്ടിനിടയിലും നുഴഞ്ഞു കയറിയ ഉറുമ്പിനെ തട്ടിക്കളഞ്ഞു. കരയാൻ തുടങ്ങിയ കണ്ണുകളെ അതിന് വിട്ട് ഒരു കാൽ പാളത്തിനുമീതെ കയറ്റിവച്ച് ബീഡിക്ക് തീപിടിപ്പിച്ചു.

വെയിൽ കനക്കുമ്പോഴേക്കും ഉറുമ്പുകൾ പിൻവലിയുമെന്നും അപ്പോഴേക്കും മറ്റ് ഫോർമാലിറ്റീസ് ഒക്കെ പൂർത്തിയായി ബോഡി മാറ്റാനാകും എന്നുമായിരുന്നു പൊതുവായ തീരുമാനം. പക്ഷേ, വെയിൽ കനത്തപ്പോഴേക്കും പൊന്തയ്ക്കിടയിലെ മാളങ്ങളിൽ നിന്നും റെയിലിന്റെ

വിടവുകളിൽ നിന്നും കൂടുതൽ ഉറുമ്പുകൾ വരിപിടിച്ച് കൂനയിലേക്ക് കൂട്ടുചേർന്നു. അപ്പോഴേക്കും പാളത്തിനോരത്ത് കണ്ടുകിട്ടിയ ഉറുമ്പുകളാൽ പൊതിയപ്പെട്ട 'മൃതദേഹം' കാണാൻ ആളുകളും കൂട്ടമായി എത്തി. പട്ടേരിയുടെ മസ്തിഷ്കത്തിൽ നിന്നും ഊർന്നിറങ്ങിയ ഉറുമ്പുകൾ അയാളുടെ കേഴ്വിയെയും കാഴ്ചയെയും ചിലപ്പോഴൊക്കെ ചിന്തയെയും തടസ്സപ്പെടുത്തി. തൊണ്ടയിൽക്കുടുങ്ങിയ അവ അയാളെ ശ്വാസം മുട്ടിച്ചു. അയാൾ മൂക്കു ചീറ്റുകയും കാർക്കിച്ചു തുപ്പുകയും ചെയ്തു. അയാൾ പരവശനായി. നീലക്കള്ളികളുള്ള കൈലേസുകൊണ്ട് മുഖം തുടച്ച് വിയർപ്പൊപ്പി അയാൾ തണലിലേക്കു മാറിനിന്നു.

"ആരാ ആദ്യം കണ്ടേ....." "ബീറ്റിന് വന്ന പൊലീസ് കാരാ..."

"എപ്പഴാ സംഭവം..."

"രാത്രിയായിരിക്കും..... ട്രെയിനീന്ന് വീണതാവും....." "ഏയ്...... എങ്കി മുറിവൊക്കൊണ്ടാവൂലേ....." "കൊച്ചുകുട്ടിയാ...... റിബണും സോക്സുക്കെ കീട്ടിതാ...." "ഇതെവ്ട്ന്നാ നാശംപിടിച്ച ഉറുമ്പ്..." "ശർക്കരത്തുണ്ടിനെ പൊതിയുമ്പോലെ.... ഉറിമ്പിങ്നെ ശവത്തെ പൊതീണത് ഞാനാദ്യം കാണേ...."

"ഞാനും ആദ്യാ...."

ഉറുമ്പുകൂനയും അതിന് കീഴെ നീണ്ടു കിടന്ന കാലുകളും മൊബൈലുകളുടെ കുഞ്ഞൻ സ്ക്രീനിലേക്ക് പലവട്ടം കയറിയിറങ്ങി കമന്റുകളും ലൈക്കുകളും തേടി ദേശാന്തര ഗമനം ചെയ്തു.

നേരം പോണല്ലോ. എന്തേലും ചെയ്യണം. ഉറുമ്പ് ഒഴിയുന്നു തോന്നണില്ല"

"ന്താ ചെയ്യാ......."

"അത്നെങ്ങനാ മാറ്റണേ......."

''മ്മക്ക് ചേർപ്പായി ശശീനെ വിളിച്ചാലോ.... അതെന്നെ... അവനതൊക്കെ പുല്ലാ..."

"ശരിയാ...."

ശശിയെ വിളിക്കാൻ വണ്ടികളും ശശിയെ കിട്ടാൻ ഫോൺ കോളുകളും പല ദിശകളിൽ സഞ്ചരിച്ചു

ശശിക്കുവേണ്ടിയുള്ള അന്വേഷണം പലവഴിക്ക് നടക്കവേ സ്റ്റേഷനിലും പരിസരത്തും ഭിക്ഷയാചിച്ചു നടക്കുന്ന മുത്തുലക്ഷ്മി തന്റെ മുച്ചക്രങ്ങൾ ഘടിപ്പിച്ച പലകവണ്ടിയുരുട്ടി വന്നു. മുട്ടിനു താഴേക്ക് ശൂന്യമായ തന്റെ കാലുകളെയും പിന്നെ ഉറുമ്പു കൂനയ്ക്ക് താഴേക്ക് ഞാന്നുകിടന്ന കാലുകളിലേക്കും മാറിമാറി നോക്കി അവൾ. കൂടിനിന്നവർക്കെല്ലാം തുറന്ന ചിരിസമ്മാനിച്ച് പലകവണ്ടി തിരിച്ചു. പാളത്തിന്റെ പരുപരുപ്പിൽ ഉയർന്നും താണും അവളുടെ പലകവണ്ടി തിരികെ ഉരുണ്ടു. ചേർപ്പായി ശശിവന്നു. നിലത്തുറയ്ക്കാത്ത കാലുകളിൽ നിന്നുകൊണ്ട് ബ്രാൻഡിയുടെ 4 വലിയ കുപ്പികൾ ദേഹത്തേക്ക് കമിഴ്ത്തി. ആരാദ്യം കാണുമെന്ന വെപ്രാളത്തോടെ ആൾക്കൂട്ടം തിക്കും തിരക്കും കൂട്ടി. ആ തിക്കും തിരക്കും ലഹരിയാക്കി ശശി കൈകൾ

കൊണ്ട് കുഞ്ഞനുറുമ്പുകളെ വാരിയെറിഞ്ഞു. പകലിന്റെ നിറവെളിച്ചത്തിൽ ലോഹത്തരികളെപ്പോലെ അവ ആകാശത്ത് നിന്നും പൊഴിഞ്ഞു വീണു. പട്ടേരി ഉറുമ്പുകാഴ്ചകളിൽ അസ്വസ്ഥനായി മുഖം കൈലേസു കൊണ്ട് മറച്ചു. കൂന ഒഴിഞ്ഞു. ശൂന്യതയുടെ ബാക്കികണ്ട് ശശി സ്തബ്ധനായി. അയാൾ രണ്ടു കാലുകളെയും ഉയർത്തിയെടുത്തു. കൊലുസുകൾ പിന്നെയും കൊഞ്ചി. കാലുകൾക്ക് മേലേക്ക് നീണ്ടുകിടന്ന ഒന്നുമില്ലായ്മയിലേക്കു നോക്കവേ കാഴ്ചയ്ക്കായെത്തിയവരും സ്തബ്ധരായി. ശശിയുടെ കൈകളിൽനിന്നും കാലുകൾ വഴുതിയിറങ്ങി ഒന്നു പാളത്തിൽ കുത്തിയിരുന്ന അവുക്കാദർ പൊലീസിന്റെ മടിയിലേക്കും മറ്റേത് പൊന്തകൾക്കിടയിലേക്കും ഓടിക്കയറി. തന്റെ മടിയിൽ വീണതിനെ ഏറ്റവും അവധാനതയോടെ കൈകളിലെടുത്ത് പാളത്തിനരികിൽ വിരിച്ചിരുന്ന പ്ലാസ്റ്റിക്കിന്റെ പായയിൽ കിടത്തി. പിന്നെ പൊന്തകൾക്കിടയിൽനിന്നും മറ്റേതിനെ വീണ്ടെടുത്തു. ആദ്യത്തേതിനരികിൽ കിടത്തി.

കാഴ്ചക്കാർക്കിടയിൽനിന്നും പൊലീസ് ബന്തവസ്സിനെയും വകവയ്ക്കാതെ ഒരു സ്ത്രീയും അഞ്ചു വയസ്സോളം പ്രായം തോന്നിക്കുന്ന ആൺകുട്ടിയും അവരുടെ ഭർത്താവെന്നു തോന്നിക്കുന്ന ചെറുപ്പക്കാരനും മുന്നോട്ടുവന്നു. അവർ കാൽമുട്ടുകൾ നിലത്തുകുത്തി അതിലിരുന്നു കൊണ്ട് ആ കാലുകളെ നോക്കിക്കണ്ടു. നനഞ്ഞു കൊണ്ടിരുന്ന കണ്ണുകളെ ദുപ്പട്ടകൊണ്ട് മറയ്ക്കാൻ ശ്രമിച്ചുകൊണ്ട് പുരുഷനെ നോക്കി നിഷേധാർത്ഥത്തിൽ തലോടി

“ഇച്ചേച്ചീന്റെ കൊലുസ്സിതല്ല പപ്പാ...” ആൺകുട്ടി ആയാളുടെ കൈ പിടിച്ചു കുലുക്കിക്കൊണ്ടു പറഞ്ഞു.

‘‘വരൂ...’’ പുരുഷൻ ധൃതിപിടിച്ചു സ്ത്രീയുടെ കൈകൾ പിടിച്ചുവലിച്ചു കൊണ്ടു മുന്നോട്ട് നടന്നു.

“അവർടെ രണ്ടാം ക്ലാസിപ്പടിക്കണ മോളേ ഇന്നലെ സ്കൂളീന്ന് കാണാതായീ ന്ന്.....”

‘‘കഷ്ടം.....’’ എല്ലാരും ഒരേ ശബ്ദത്തിൽ പറഞ്ഞു അവൾ ആൾക്കൂട്ടത്തെയും വകഞ്ഞ് പാളത്തിന് സമാന്തരമായി കുറേ ദൂരം നടന്നു ടാർ റോഡിലേക്ക് കയറിപ്പോയി.

രാവിലെ തിരിച്ചുപോയ വഴിയിലൂടെത്തന്നെ പിന്നെയും പലകവണ്ടിയിലേറി മുത്തുലക്ഷ്മി വന്നു. കൂടെ അവളുടെ തള്ള വെള്ളേം. ആൾക്കൂട്ടത്തിന്റെ കാലുകളെ വകഞ്ഞുമാറ്റി അവൾ കാലുകളെ കാണാനുള്ളവരുടെ മുൻനിരയിലെത്തി. അവളുടെ കൈവിരൽ കോർത്ത് വെള്ളേം പ്ലാസ്റ്റിക് പായയിൽ നിരത്തിവച്ചിട്ടുള്ള കാലുകളിലേക്ക് നോക്കി. പാപ്പം കണ്ട് കൊതിയൂറുന്ന കുട്ടിയുടെ ആർത്തിയോടെ മുത്തുലക്ഷ്മി വെള്ളയെ നോക്കി.

“മ്മാദ് എന്ത് ചന്തോള്ള കാലുകളാ.....”

വെള്ള വെറ്റിലക്കറപിടിച്ച പല്ലുകൾ നിരത്തിക്കാട്ടി വെളുക്കെ

ചിരിച്ചു. പിന്നെ അവടെ കൂടി നിന്നോരോടായി പറഞ്ഞു.

"പെണ്ണ് കരുതണത് ഓള്ടെ കാലീന്ന് ഊരിപ്പോയ കാലാണ്ത്ന്നാ...." പിന്നെയും വെള്ള ചിരിച്ചു പക്ഷേ, മറ്റാരും ആ ചിരി ഏറ്റെടുത്തില്ല. അവളുടെ പലകവണ്ടി പാളം മുറിച്ച് ചെമ്മൺ പാതയിലേക്കു കയറി. ചിരിമറയാത്ത മുഖവുമായി വെള്ളയും അതിനെ അനുഗമിച്ചു. ഇടുപ്പിനു മേലേക്ക് കാണാതായ ശരീര ഭാഗങ്ങളെ കാണാനുള്ള തിരക്ക്. കാഴ്ചക്കാർ പൊന്തക്കാടിനെ ഇളക്കിമറിച്ചു, ദേഹ നഷ്ടത്തെച്ചൊല്ലി കഥമെനയാൻ തുടങ്ങി.

പ്ലാസ്റ്റിക് ബേഗിൽ പൊതിഞ്ഞെടുത്ത വെറും കാലുകളുമായി ആംബുലൻസും പൊലീസ് ജീപ്പും പാളം മുറിച്ച് ടാറിട്ട റോഡിലേക്ക് തിരിഞ്ഞു. കാണാതായ ശരീരം ഉറുമ്പുകൾ തിന്നുതീർത്തതാണെന്ന് ശശി കട്ടായം പറഞ്ഞു. എല്ലും പല്ലും മുടിയും ഉറുമ്പുകൾക്ക് പഥ്യമല്ലായെന്നും, മാംസം മാത്രമേ അവ കഴിക്കുകയുള്ളൂവെന്നും, 10–ാം വയസ്സിൽ പകർന്നു കിട്ടിയ ഒരു പാഠം, പട്ടേരിയെ ഓർമ്മിപ്പിച്ചു. പക്ഷേ, ശശി പറഞ്ഞതിനോട് യോജിക്കുന്ന മട്ടിൽ അയാൾ നിശ്ശബ്ദനായി. അയാളുടെ ബോധത്തിന്റെ മടക്കുകളിൽ ഉറുമ്പുകൾ ഇഴയാൻ തുടങ്ങിയിരുന്നു. കാണാതായ ശരീരത്തെ ചൊല്ലിയുള്ള തങ്ങളുടെ ആശങ്കകളും സംശയങ്ങളും പങ്കുവച്ച് ഓരോരുത്തരായി പിരിഞ്ഞു ഏറ്റവുമൊടുവിൽ ശശിയും.

ഓർമ്മയുടെ പുറ്റിൽ നിന്നും കിനിഞ്ഞിറങ്ങിയ ഉറുമ്പുകൾ പട്ടേരിയുടെ മൂക്കിലൂടെയും ചെവിയിലുടെയും ശരീരത്തിലേക്ക് ഒലിച്ചിറങ്ങി. കഴുത്തിലും നെഞ്ചിലും മുഖത്തും, ശരീരമാകെയും ഉറുമ്പുകളുടെ ഒരു പുതപ്പ് അയാളെ പൊതിഞ്ഞു. പിന്നെ അവ നിലത്തേക്ക് ഒലിച്ചിറങ്ങി. റെയിൽപാളത്തിലൂടെ വരിവച്ചു. ആ വരി കണ്ടിട്ടെന്നോണം മാളങ്ങളിലേക്കും റെയിലിന്റെ വിടവുകളിലേക്കും പിൻവലിഞ്ഞിരുന്ന ഉറുമ്പുകളും പതിയെ പുറത്തേക്ക് ഊർന്നിറങ്ങി, അവയോടൊപ്പം ചേർന്നു. കാണെക്കാണെ പാളങ്ങൾ നിറഞ്ഞൊഴുകുന്ന ഒരു പുഴപോലെ ആയിത്തീർന്നു അവ. വെയിലിൽ അവയുടെ ക്ലാവ് പുരണ്ടകുഞ്ഞു കണ്ണുകൾ കത്തി. പട്ടേരി അതിലേക്കുനോക്കാൻ മടിച്ച് കണ്ണുകൾ മുറുകെ അടയ്ക്കാൻ ശ്രമിച്ചു. പക്ഷേ, ഒന്നിനുമായില്ല. കണ്ണ് ചിമ്മാൻ പോലും കഴിയാതിരുന്ന അയാളുടെ മുമ്പിലൂടെ കാലുകളില്ലാത്ത ഒരു ശരീരവും പേറി ഉറുമ്പുകൾ ഒഴുകി നീങ്ങി. അയാൾ ഒന്നുകൂടി നോക്കി. അതിന് ലച്ചുവിന്റെ കണ്ണായിരുന്നു. മൂക്കായിരുന്നു, അവളുടെ ചുണ്ട്. അയാൾ മുന്നോട്ടാഞ്ഞു, ആ ശരീരത്തെ പിടിച്ചെടുക്കാനുള്ള ത്വരയോടെ. പക്ഷേ,..... ഒന്നനങ്ങാൻ കൂടിയാകാത്തവിധം ആ ഒഴുക്ക് അയാളെ ഭയപ്പെടുത്തി. നിസ്സഹായതയോടെ അയാൾ വിളിച്ചു.

"കാദറേട്ടാ... ന്റെ ലച്ചു....." കുത്തിയൊലിക്കുന്ന വെള്ളപ്പാച്ചിലിന്റെ വേഗത യോടെ അത് മുന്നോട്ട് ഒഴുകി. അയാൾ പിന്നെയും വിളിച്ചു എല്ലാ ശക്തിയും സംഭരിച്ച് "കാദറേട്ടാ........"

പക്ഷേ, കാദറും അത് കേട്ടില്ല. അയാളും സമാനമായ മറ്റൊരു കാഴ്ചയുടെ പകപ്പിലായിരുന്നു. അവിടെ ഉറുമ്പുകളുടെ ഒഴുക്കിൽ അയാൾക്കു മുമ്പിലൂടെ ഒഴുകിപ്പോയത് അയാളുടെ ഉമ്മുവിന്റെ ഉടൽ ചിഹ്നങ്ങളായിരുന്നു.

രൂത്തിന്റെ പുസ്തകം

ഓർമ്മയുടെ പടവുകൾ കയറി പിന്നെയും രൂത്ത്. മുംബൈയിൽ നിന്നും ജയ്പൂരിലേക്കുള്ള യാത്രയ്ക്കിടയിൽ ആകാശത്തിൽനിന്നുള്ള അശരീരിപോലെ പൊഴിഞ്ഞുവീണ ദൈവവചനങ്ങളിൽനിന്നും രൂത്തിന്റെ വചനങ്ങളുമായി എത്രവേഗത്തിലാണ് എന്റെ തലച്ചോറ് സംവദിച്ചത്. റെയിലിന്റെ ക്രമരഹിതമായ ഒച്ചയിൽനിന്നും വീണ്ടെടുത്ത് എന്റെ ഓർമ്മകളുമായി എത്ര വേഗത്തിലാണ് ആ ശബ്ദം കൂട്ടിയിണക്കപ്പെട്ടത്. ഇളം നീലനിറത്തിലുള്ള കുപ്പായത്തിനുള്ളിൽ അവൾ മനോഹരി യായിരുന്നു. നീലയുടെ ഞൊറികൾക്കുള്ളിൽ മുഖം താഴ്ത്തിയിരുന്ന് ദൈവവചനം ഘോഷിക്കുന്ന "രൂത്ത്. രൂത്ത്......." എന്റെ ഒച്ച വേണ്ടത്ര പൊങ്ങിയില്ല. ഞാൻ പിന്നെയും ഒച്ച കൂട്ടി ഇപ്പോൾ എന്റെ ശബ്ദവീചി കൾ അവളുടെ ഇന്ദ്രിയങ്ങളെ ഉദ്ദീപിപ്പിക്കുകതന്നെ ചെയ്തു. അവൾ കണ്ണുകളുയർത്തി. എന്നെ അറിയില്ലാന്നുണ്ടോ. "രൂത്ത്....... നിന ക്കെന്നെ..."

ശബ്ദം ശബ്ദവുമായി സംവേദിക്കുന്നു. അവളുടെ കണ്ണുകളിൽ ആഹ്ലാദത്തിന്റെ, അതിശയത്തിന്റെ നിറവ് ട്രെയിനിന്റെ ജാലകത്തിലൂടെ അകത്തേക്കു കടക്കുന്ന കാറ്റിന് കുന്തിരിക്കത്തിന്റെ മണം.. പ്രാർത്ഥന ക്കാരുടെ കൂട്ടത്തിൽ നിന്നും അവൾ ചാടിയെണീറ്റു. എന്റെയടുക്കലേക്ക് ഓടിയെത്തി. ആ എടുത്തുചാട്ടം ഒരു കന്യാസ്ത്രീക്ക് യോജിക്കുന്ന തല്ലെന്ന് എനിക്കു തോന്നി. കൂട്ടത്തിൽ പ്രായമുള്ള ചില സിസ്റ്റർമാർക്ക് അതൊട്ടും രസിച്ചില്ലെന്ന് അവരുടെ മുഖഭാവം വ്യക്തമാക്കിയിരുന്നു. പക്ഷേ, അവൾ അത് തീരെ ശ്രദ്ധിച്ചില്ല.

"ഓ ! ശാരി.... നീ...... എന്തൊരദ്ഭുതമാണ്...."

അവളെന്റെ കൈകൾ കൂട്ടി നെഞ്ചോട് ചേർത്തുപിടിച്ചു. അപ്പോഴും

കന്യാസ്ത്രീമാർ ഉച്ചത്തിൽ ദൈവവചനം ഘോഷിച്ചുകൊണ്ടേയിരുന്നു. അവൾ ഉണ്ണിക്കുട്ടന്റെ കവിളുകളിൽ തട്ടിക്കൊണ്ടു ചോദിച്ചു: "ഈസ് ഇറ്റ് യുവർ സൺ....."

"അതെ..." രൂത്ത് അവന്റെ നെറുകയിൽ വിരലോടിച്ചു ആകാശങ്ങളിലെ അശരീരിപോലെ പറഞ്ഞു തുടങ്ങി. "യഹോവ നിന്നെ അനുഗ്രഹിച്ചു. നിന്റെ പേർ വലുതാകും. നീ ഒരു അനുഗ്രഹമായിരിക്കും." അവന്റെ നെറുകയിൽ അവൾ ഉമ്മവച്ചു. പിന്നെ എന്നോടു ചോദിച്ചു: "പറയൂ നിന്റെ വിശേഷങ്ങൾ.......... നിങ്ങൾ തനിച്ചാണോ... യാത്ര.."

അദ്ദേഹത്തിന് ജയ്പൂരിൽ ഒരു കമ്പനിയിലാണ്. എഞ്ചിനീയർ... അവധി കിട്ടിയില്ല....... ഞാനും മോനും നാട്ടിലേക്കുപോയി... ഇപ്പോൾ മടങ്ങുന്നു" ഞാൻ വാക്കുകൾ പിശുക്കിക്കൊണ്ടു പറഞ്ഞു. രൂത്തിന്റെ ശ്രദ്ധ പിന്നെയും ഉണ്ണിക്കുട്ടനിലായി. അവന്റെ കവിളുകളിൽ തട്ടിക്കൊണ്ടു അവൾ ചോദിച്ചു: "എന്താ മോന്റെ പേര്.........."

അവൻ എന്നെനോക്കി. പിന്നെ വിരലുകൾ വായിൽ തിരുകിക്കൊണ്ടു പറഞ്ഞു

"ഉന്നിക്കുട്ടൻ......."

അവൾ അവന്റെ വിരലുകൾ വായിൽനിന്ന് പുറത്തേക്കു വലിച്ചെടുത്ത് കവിളിൽ ഒരു തട്ടുംകൊടുത്തു പറഞ്ഞു.

"നോട്ടിബോയ്...." ആ സ്വാതന്ത്ര്യ പ്രകടനം എനിക്കിഷ്ടമായില്ല... എങ്കിലും ഞാനതുമറച്ചു കൊണ്ട് ചോദിച്ചു.

"രൂത്ത് നീയെങ്ങോട്ടാണ്?"

"ബിക്കാനീറിലേക്ക്..... ടു ദി ഡെസർട്ട്......" അവൾ ഒച്ചവച്ചു ചിരിച്ചു. ഒരു പതിനേഴുകാരി പെൺകുട്ടിയെപ്പോലെ

അവരുടെ സംഘത്തിൽ ഒരു മുപ്പതോളം പേരുണ്ടാകുമെന്നും അവരുടെ മിഷന് രാജസ്ഥാനിൽ ചില ഗ്രാമങ്ങൾ ദത്തെടുക്കാനുണ്ടെന്നും അവിടെ മിഷനറി പ്രവർത്തനങ്ങൾ ചെയ്യാനുണ്ടെന്നും ഞാൻ മനസ്സിലാക്കി. ചില വിദേശ സഹായങ്ങളൊക്കെ ലഭിച്ചിട്ടുണ്ടെന്നും മിഷനറി പ്രവർത്തനങ്ങൾക്ക് ഏറെ സാദ്ധ്യതയുള്ളയിടമാണ് രാജസ്ഥാനെന്നും അവൾ പറഞ്ഞു.

"നീ മുമ്പും രാജസ്ഥാനിൽ വന്നിട്ടുണ്ടോ........."

"ഒരിക്കൽ മാത്രം ഈ കാലാവസ്ഥ. എനിക്കു സഹിക്കാൻ വയ്യ... നീ കണ്ടില്ലെ ശ്വാസം മുട്ടിക്കുന്ന ഈ കുപ്പായം. വായുപോലും കടക്കില്ല. ഉരുകിയൊലിക്കും....." മൂടിക്കെട്ടിയ അവരുടെ ഉടുപ്പുകളെപ്പറ്റി അപ്പോഴാണ് ഞാനോർത്തത്. ആ ഉടുപ്പുകൾക്കുള്ളിൽ അവൾ ഉലയാത്ത ഒരു മെഴുകുതിരിപോലെ...

"നിനക്ക് പ്രാർത്ഥനയൊന്നുമില്ലേ..."

"എന്റെ പ്രാർത്ഥനകൾ മൗനത്തിന്റേതാണ്. നിശ്ശബ്ദമായ പ്രണയംപോലെ.... അതിനേക്കാൾ മനോഹരമായതെന്തുണ്ട്"

സന്ന്യാസിനി പ്രണയത്തെപറ്റി പറയുന്നു!. "എങ്കിലും ശബ്ദഘോ

ഷങ്ങൾ എന്റെ നിലനില്പിന്, ചില ബോദ്ധ്യപ്പെടുത്തലുകൾക്ക് ആവശ്യമാണ്..."

രൂത്ത് കുറച്ചുനേരം കൂടി എന്റെയടുക്കൽ ഇരുന്നു. അപ്പോഴേക്കും കൂട്ടത്തിൽപ്പെട്ടവരാരോ രുത്തിനെ പേരുചൊല്ലി വിളിച്ചു. അവൾ അരോചകത്തോടെ നെറ്റിചുളിച്ചു.

"നിന്റെ നിറമുള്ള ഉടുപ്പുകൾ അവർക്ക് ഇഷ്ടപ്പെടുന്നില്ല. സഹിക്കുന്നില്ല." അവൾ പിറുപിറുത്തു.

യാത്രപറയാതെ അവൾ പിന്നെയും അവരുടെ സംഘത്തോടൊപ്പം ചേർന്നു. പിന്നെയും ഉദ്ഘോഷങ്ങൾ, രൂത്തിന്റെ ഒച്ച ഉയർന്നു പൊങ്ങി.

"ഭൂമിയിലും നിന്നെയല്ലാതെ ഞാൻ ഒന്നും ആഗ്രഹിക്കുന്നില്ല. എന്റെ മാംസവും, ഹൃദയവും ക്ഷയിച്ചുപോകുന്നു....." അങ്ങനെ..... അങ്ങനെ.. വചനങ്ങളുടെ പെരുമഴ എപ്പോഴാണ് പെയ്തുതീർന്നത് ഞാൻ ഓർമ്മകളുടെ താളുകളിലേക്ക് മുഖം പൂഴ്ത്തിയിരിക്കയായിരുന്നു. എന്റെ ഉണ്ണിക്കുട്ടനോ ഏതോ ബാലമാസികയുടെ താളിലേക്കും.

ഞങ്ങളുടെ ഹോസ്റ്റൽ മുറിയിലേക്ക് രൂത്ത് കടന്നു വന്നത് ഒരു മാലാഖ കടന്നുവന്നതുപോലെ. കാതിൽ കടുക്കനോ, കൈവളകളോ ഇല്ലാതെ രൂത്ത്. ഇളം നിറത്തിലുള്ള ഉടുപ്പുകളും, ചുരിദാറുകളും അണിഞ്ഞെത്തുന്ന രൂത്ത്. എങ്കിലും അവളോളം സൗന്ദര്യം ഒന്നിനുമില്ലെന്നു തന്നെ ഞങ്ങൾ, ഹോസ്റ്റലിലെ പെൺകുട്ടികൾ കരുതിപ്പോന്നു. അവളുടെ പകലുകൾ ആരംഭിക്കുന്നതും, രാത്രികൾ അവസാനിക്കുന്നതും, വേദപുസ്തകത്തിന്റെ താളുകളിലായിരുന്നു. അവളുടെ കണ്ണുകളോ വികാരങ്ങളില്ലാതെ ശാന്തമായ ഒരു കടൽപോലെ. ആ കണ്ണുകളിലേക്ക് വികാരത്തിന്റെ കൺമഷി പടരുന്നതും അവളുടെ നിറംകുറഞ്ഞ ഉടുപ്പുകളിലേക്ക് കടും വർണ്ണങ്ങൾ പെയ്തിറങ്ങുന്നതും ഞങ്ങൾ കൗതുകത്തോടെ നോക്കിക്കണ്ടു. ഉത്തമഗീതത്തിന്റെ താളുകൾ നെഞ്ചോടു ചേർത്തുറങ്ങുന്ന അവൾ, അവളോ ശാരോനിലെ പനിനീർ പുഷ്പം പോലെ, താഴ്‌വരയിലെ താമരപ്പൂപോലെ, അവളുടെ അഴക് ഞങ്ങൾ ആസ്വദിച്ചു.

അവളുടെ ഉള്ളിലേക്ക് കുടിയേറിയ ഇടയഗാനത്തിന്റെ സ്രോതസ്സ് തേടി ഞങ്ങൾ തല പുകച്ചു. രേഖാമേനോനാണ് അത് കണ്ടുപിടിച്ചത്. ഞങ്ങളെക്കാണാനെന്ന വ്യാജേന ഹിസ്റ്ററി ഡിപ്പാർട്ടുമെന്റിൽ നിന്നും, ഫിസിക്സ് ഡിപ്പാർട്ട്മെന്റിലേക്ക് കൂടുമാറുന്ന രൂത്തിന്റെ ഉള്ളിലിരിപ്പ്, അവളുടെ പുസ്തകത്താളിൽ നിന്നും വീണു കിട്ടിയ ഒരു കുറിപ്പ്, അതാണ് ഞങ്ങളുടെ അന്വേഷണത്തിന് അവസാനമുണ്ടാക്കിയത്. ഇത്രമേൽ സുന്ദരമായ ഒരു പ്രണയ ലേഖനം അതിനു മുമ്പോ അതിനു ശേഷമോ ഞാൻ കണ്ടിട്ടേയില്ലായിരുന്നു.

'എന്റെ പ്രിയേ.... എന്റെ സുന്ദരീ..... നിലാവിനു കീഴെയുള്ള ഏതിനെക്കാളും സുന്ദരിയായുള്ളവളേ, എന്റെ പകലുകൾ നിന്റേതാകുന്നു... എന്റെ രാത്രികളും... എന്റെ സ്വപ്നങ്ങളും... എന്നെ തന്നെ ഞാൻ

നിനക്കു നല്കുന്നു.... നിന്റെ സ്വരങ്ങൾ കാലത്തെ മുഴുവൻ തോല്പിച്ച്, ദൂരങ്ങളെ അതിജീവിച്ച് എന്നിലേക്ക് പെയ്തിറങ്ങുന്നു... നിന്റെ സ്വപ്നങ്ങൾ എന്റേതാകുന്നു. നമ്മൾ പിരിയുന്നില്ല.. നമ്മൾ അവസാനിക്കുന്നുമില്ല. യുഗങ്ങളിലൂടെ നമ്മൾ.... നിലാവിനു കീഴെ നീയെനിക്കായി കാത്തു നില്ക്കുക. നിനക്കായി ഇതാ ഞാൻ. എല്ലാ നരകങ്ങളെയും തോല്പിച്ച്. നിനക്കായി ഞാൻ... നീ ഭൂമിയും...... ഞാൻ ആകാശവും... ഞാൻ നിന്നെ എല്ലായ്പ്പോഴും ഉറ്റു നോക്കുന്നു. നമുക്കിടയിലോ പെയ്തുതീരാൻ ഒരു മഴമേഘം കൂടി ബാക്കിയില്ല...'

രേഖ രൂത്ത് കേൾക്കാനായി ഉറക്കെ വായിച്ചു കേൾപ്പിച്ചു. അവൾ പരിഭവിക്കുമെന്നോ, കോപിക്കുമെന്നോ ഞങ്ങൾ കരുതി. പക്ഷേ, അവൾ ആകെ ചെമന്നു തുടുത്ത് ഒരു താമരപ്പൂ വിരിയുന്നത് ഞങ്ങൾ കണ്ടു.

"ആരാടി..... ഈ ഇടയൻ?" രൂത്ത് ഒന്നും മിണ്ടിയില്ല. ഹൃദയത്തിൽ നിന്നും പറിച്ചെടുത്തതുപോലെ അവളുടെ ജാക്കറ്റിനുള്ളിൽ നിന്നും ഒരു ഫോട്ടോയെടുത്ത് ഞങ്ങൾക്കു നല്കി. പിന്നെ നാണിച്ച് തലകുമ്പിട്ട്... അവൾ. താമരപ്പൂ പിന്നെയും തുടുക്കുന്നു. പ്രണയം ഇത്രമേൽ സുന്ദരമാണെന്ന് ഞാൻ അറിഞ്ഞു. രൂത്തിന്റെ പുസ്തകത്താളുകളിൽ നിന്നും, അവളുടെ നെഞ്ചിൽനിന്നും പിന്നെയും എത്രയോ കുറിപ്പുകൾ ചിലതൊക്കെ രേഖാമേനോൻ ഉറക്കെവായിച്ചു. എന്റെ പിയേ എഴുന്നേല്ക്ക. എന്റെ സുന്ദരീ വരിക. ശീതകാലം കഴിഞ്ഞു... മഴയും മാറിപ്പോയല്ലോ.... അത്തിക്കായ്കൾ പഴുക്കുന്നു.. മുന്തിരിവള്ളി പൂത്തു സുഗന്ധം വീശുന്നു. എന്റെ പ്രിയേ... എഴുന്നേല്ക്ക്... എന്റെ സുന്ദരി വരിക... എന്റെ പ്രാവേ നിന്റെ മുഖം ഒന്നു കാണട്ടെ..... നിന്റെ സ്വരം ഒന്നു കേൾക്കട്ടെ... പ്രണയത്തിന്റെ ആകാശങ്ങളിലേക്ക് മുന്തിരിവള്ളികൾ പടർന്നേറുകയും, പൂക്കുകയും ചെയ്തു. അവയുടെ സുഗന്ധം ഞങ്ങളുടെ കാമ്പസിലാകമാനം പരന്നു.

ഭൂമിഞെട്ടിവിറച്ചു; മലകളുടെ അടിസ്ഥാനങ്ങൾ ഇളകി; അവന്റെ മൂക്കിൽനിന്നും പുക പൊങ്ങി അവന്റെ വായിൽ നിന്നും തീ പുറപ്പെട്ടു ദഹിപ്പിച്ചു. ആലിപ്പഴവും, തീക്കനലും അവന്റെ മേഘങ്ങളിൽ കൂടി പൊഴിഞ്ഞു.

നിദ്രയുടെ പാതിവഴിയിൽ, ആരോ വിളിച്ചുകൂവുന്നതുപോലെ സ്വപ്നമാണോ "രൂത്ത്....." ഞാൻ വിളിച്ചു. അവളതറിഞ്ഞില്ല. വെളിപാട് ലഭിച്ചവളെപ്പോലെ അവൾ രാത്രിയെ സാക്ഷിയാക്കി വിളിച്ചു കൂവി. ഞാനും രേഖാമേനോനും ഉറക്കം നഷ്ടപ്പെട്ടവരായി. രൂത്തിന്റെ ഭാവമാറ്റങ്ങളിൽ വിഹ്വലരായി ഒരു രാത്രി മുഴുവനും. പുറത്ത് ഇടിയും, മിന്നലും, കാറ്റും, മഴയും, രൂത്തിന്റെ ശബ്ദവീചികളെ കടിഞ്ഞാണിട്ടു നിർത്തി.

അന്ന് രൂത്ത് കോളേജിലേക്കില്ലെന്നു പറഞ്ഞ് മുറിയിൽ തന്നെ ചടഞ്ഞുകൂടി. പ്രണയത്തിന്റെ മുന്തിരിവള്ളികൾക്ക് തീപിടിച്ചിരിക്കുന്നുവോ. ഞങ്ങൾ സംശയിച്ചു. തുടർന്നു വന്ന രാത്രികളിലും ഉറക്കം

പാതിവഴിയിൽ അവസാനിപ്പിച്ച് ഞങ്ങൾ പിടഞ്ഞെണീറ്റു. അങ്ങനെ ഉറക്കമില്ലാത്ത രാത്രികൾ എത്ര....! രൂത്ത് കോളേജിൽ കൂടി വരാതായപ്പോൾ ഞങ്ങൾ രൂത്തിനോട് വിശദമായി സംസാരിക്കണമെന്നു തന്നെ കരുതി.

"രൂത്ത്, നിനക്കെന്തുപറ്റി.."

അവളുടെ ഉത്തരം ഒരു പൊട്ടിക്കരച്ചിലായിരുന്നു. ഹൃദയം വലിച്ചു കീറിയതുപോലെ...

പിന്നൊരുനാൾ ഞങ്ങൾ കോളേജിൽ നിന്നെത്തുമ്പോൾ രൂത്ത് റൂമിലില്ലായിരുന്നു. റൂമിൽ ബുക്കുകളെല്ലാം ചിതറിക്കിടന്നിരുന്നു. വലിച്ചുകീറപ്പെട്ട കുറേ കുറിമാനങ്ങൾ... മേട്രൺ പറഞ്ഞു:

"ആ കുട്ടി വീട്ടിലേക്കു പോയി.... അതിന് നല്ല സുഖമില്ലായി രുന്നു...." ഹോസ്റ്റലിലെ കല്യാണിക്കുട്ടി ആ ചിതറിക്കിടന്ന കുറിപ്പുകളും പുസ്തകങ്ങളും തൂത്തുവാരി വേസ്റ്റ് ബാസ്ക്കറ്റിലിട്ട് പുറത്തേക്കു കൊണ്ടുപോയികുറച്ചു കഴിഞ്ഞപ്പോൾ ഹോസ്റ്റലിന്റെ പിന്നാമ്പുറത്ത് കുറേ പുകച്ചുരുളുകൾ ഉയർന്നുപൊങ്ങി. അത് ആകാശത്തിന്റെ ഉയരങ്ങ ളിലെങ്ങോ അലിഞ്ഞു ചേർന്നു. അന്നെനിക്കുതോന്നി. പ്രണയം വെറും പുകയാണെന്ന്. ആ തോന്നൽ തെറ്റാണെന്ന് അടുത്തുള്ള ദിവസങ്ങൾ തെളിയിച്ചു. രൂത്തിന്റെ കാമുകൻ, ഞങ്ങളുടെ ക്ലാസ് മേറ്റ് രാജേഷ്, അവൻ കാമ്പസിന്റെ നീലിച്ച തണലുകളിലൂടെ അവന്റെ പ്രിയയെ തിരഞ്ഞു.

"എന്റെ പ്രിയേ... എന്റെ സുന്ദരീ... നീയെവിടെ.... "അവന്റെ ചോദ്യ ത്തിന് ഉത്തരമേകാൻ ഞങ്ങൾ തയ്യാറായില്ല. പ്രണയഭംഗത്തിന്റെ ദൂതു പറയാൻ ഞങ്ങൾക്കു വയ്യായിരുന്നു. വിവശനായി ഒടുവിലൊരുനാൾ കെമിസ്ട്രി ലാബിലെ ഏതോ രൂക്ഷലായനിയിലേക്ക് കൈവിരലുകൾ താഴ്ത്തി വച്ച് ഉറക്കെച്ചിരിച്ചു. അതോടെ എന്റെ ധാരണ ഞാൻ തിരുത്തി. പ്രണയം ഭ്രാന്താണ്!

കാലം എത്രവേഗത്തിലാണ് ഒഴുകിത്തീർന്നത്. ജീവിതത്തിന്റെ ചുറ്റുകൾ എത്ര അപ്രതീക്ഷിതങ്ങളാണ്. രൂത്ത് പറിച്ചെറിഞ്ഞ പ്രണയ ത്തിന്റെ തൈ പിന്നെ മുളച്ചത് എന്റെ തിരുമുറ്റത്ത് തന്നെയായിരുന്നു. ഗ്രഹങ്ങളുടെ കണക്കുകളാണോ, കണക്കിലെ പൊരുത്തങ്ങളാണോ എന്നെയും രാജേഷിനെയും യോജിപ്പിച്ചത്. പ്രണയത്തിന്റെ ക്ഷതമേറ്റ് നിറംമങ്ങിയ അവന്റെ വിരലിലേക്ക് ഞാൻ മോതിരം ചാർത്തുമ്പോൾ വളരെ രഹസ്യമായി രേഖാ മേനോൻ എന്നോടു ചോദിച്ചു: "എല്ലാമറി യുന്ന നീ എന്തിനിതിനു സമ്മതിച്ചു..... നിനക്കിത് വേണ്ടെന്നു പറയാമായി രുന്നില്ലേ....:"

ആ ചോദ്യം അന്നെനിക്ക് സമ്മാനിച്ചത് അസ്വസ്ഥതയായിരുന്നു. പക്ഷേ, പിന്നീട് എത്രയോ തവണ ഞാനെന്റെ മനസ്സിനോട് ഈ ചോദ്യം ചോദിച്ചുകൊണ്ടേയിരുന്നു. ഞങ്ങളുടെ ജീവിതത്തിന്റെ തുടക്കകാല ത്തൊന്നും രൂത്ത് ഞങ്ങൾക്കിടയിലേക്കു കടന്നു വന്നതേയില്ല. എങ്കിലും

പ്രണയത്തിന്റെ ക്ഷതമേറ്റ അയാളുടെ കൈകൾ എന്നെ ആലിംഗനം ചെയ്യുമ്പോൾ ഞാനസ്വസ്ഥയായിരുന്നു. എന്റെ മനസ്സിന്റെ കോണിൽവച്ച് രൂത്തിനെ പലതവണ മോശപ്പെട്ട വാക്കുകൾ പറഞ്ഞോടിച്ചു. പക്ഷേ, എപ്പോഴൊക്കെയോ കിടക്കറയിൽ ഉന്മാദത്തിന്റെ തീച്ചൂളയിൽ, ഓഫീസ് പാർട്ടികളിൽ കുടിച്ചു നാവുകുഴയുമ്പോൾ അയാൾ രൂത്തിനു വേണ്ടി പരതുന്നത് ഞാനറിഞ്ഞു. അന്നൊക്കെ സകല ചൈതന്യവും നഷ്ടപ്പെട്ട ഒരു കരിക്കട്ടയെപ്പോലെ ഞാൻ എന്റെ കിടക്കയോട് അമർന്നു കിടന്ന് എന്റെ മനസ്സിനോട് ചോദിച്ചു, രേഖാമേനോൻ എന്നോട് ചോദിച്ച അതേ ചോദ്യം. ഉണ്ണിക്കുട്ടന്റെ പിറവിക്കുശേഷവും എത്രയോവട്ടം എനിക്കീ ചോദ്യം ആവർത്തിക്കേണ്ടി വന്നിരിക്കുന്നു.

'യഹോവ മഹാദൈവമല്ലോ?

സകല ദേവന്മാർക്കും മീതെ മഹാരാജാവുതന്നെ ഭൂമിയുടെ അധോഭാഗങ്ങൾ അവന്റെ കൈയിൽ ആകുന്നു....'

പിന്നെയും പ്രാർത്ഥനകളുടെ ഉയർച്ചതാഴ്ചകൾ. കാഴ്ചയുടെ ആകാശത്തിൽ നക്ഷത്രങ്ങളും, ചന്ദ്രനും പ്രത്യക്ഷരായിരിക്കുന്നു. ഉണ്ണിക്കുട്ടൻ ഈ യാത്ര ആസ്വദിക്കുക തന്നെ. അവൻ രണ്ടോ, നാലോ ചിത്രങ്ങൾ വരച്ചിരിക്കുന്നു. ക്രയോൺസ് കൊണ്ട് നിറം പിടിപ്പിച്ച് മറ്റുള്ളവരെ കാണിച്ച് കൈയടിനേടുകയാണ്. തനിച്ചുള്ളയാത്ര ഇതാദ്യമാണ്. പിന്നെയും പുറത്ത് ഇരുളിന്റെ കട്ടി കൂട്ടി വരുന്നു. ഓടി ഓടി ചെന്ന് തീവണ്ടി ഇരുട്ടിനെ പുല്കുന്നതു പോലെ ഉണ്ണിക്കുട്ടന്റെ കണ്ണുകളിൽ ഉറക്കം നിഴലിടുന്നത് ഞാൻ അറിഞ്ഞു. അവന് കൈയിൽ കരുതിയിരുന്ന ബിസ്കറ്റും, പാലും നല്കി. പിന്നെ നെഞ്ചോട് ചേർത്തു കിടത്തി. ചുറ്റും രാത്രി പ്രാർത്ഥനയുടെ അലകൾ. ട്രെയിനിലെ ഉറക്കം അപരിചിതമാണ് എങ്കിലും കണ്ണുകളടച്ചു. "കർത്താവേ, രാത്രിയിൽ ഞങ്ങൾ നിന്റെ കൈകളിൽ ഉറങ്ങുന്നു. പകലോ നിന്റെ കൈകളിൽ ഉണരുന്നു...." എപ്പോഴോ ഓർമ്മകൾ അവസാനിക്കുന്നു... സ്വപ്നങ്ങൾ..... അർദ്ധമയക്കങ്ങൾ... കാലുകളിൽ നനവ് തട്ടുന്നുവോ... ഉണ്ണിക്കുട്ടൻ പണിപറ്റിച്ചുവോ..... പിടഞ്ഞെണീക്കുമ്പോൾ ഉണ്ണിക്കുട്ടനല്ല... കാലുകളിലേക്ക് മുഖമമർത്തി മറ്റൊരാൾ... "രൂത്ത്...." എന്തായിത്...

അവൾ മുഖമുയർത്തി. ആകാശത്തിന്റെ നെഞ്ചുപിളർന്ന് താഴേക്കെന്നപോലെ അവൾ പെയ്തു തീരുന്നു. കന്യാസ്ത്രീകൾ കരയാറുണ്ടോ.... അവർ വികാരങ്ങളും വിചാരങ്ങളും അടക്കിയവരല്ലേ....?

ഞാൻ സാരിത്തലപ്പുകൊണ്ട് രൂത്തിന്റെ കണ്ണുകൾ തുടച്ചു. "രൂത്ത് നിനക്ക്... നിനക്കെന്തെങ്കിലും ബുദ്ധിമുട്ട്..."

"ശാരി, നീ പിന്നെയെന്നെങ്കിലും അവനെക്കണ്ടോ? എന്റെ രാജേഷിനെ?"

ഞാൻ എന്താണ് പറയേത്? രൂത്തിനെ നോക്കാൻ എനിക്കു വയ്യ. ഞാൻ എന്റെ ഉണ്ണിക്കുട്ടന്റെ കാൽക്കലേക്ക് പുതപ്പ് വലിച്ചിട്ടു. പുറത്തുനിന്നും വരുന്ന കാറ്റിന് നല്ല തണുപ്പ്. മരുഭൂമികൾ അങ്ങനെയാണ് പകൽ

മുഴുവൻ നിശ്വസിക്കുന്നത് പൊള്ളുന്ന ചൂടാണ്. രാത്രികാലങ്ങളിലോ തണുത്ത്... തണുത്ത്... ഐസ്പോലെ.... പുറത്തുനിന്നും ഒരു മണൽക്കാറ്റ്, ഒരു ചുഴലിപോലെ വന്നെന്നെ പൊതിഞ്ഞെങ്കിലെന്നു ഞാൻ പ്രാർത്ഥിച്ചു.

"നോക്കൂ നീയവനെ കണ്ടുവോ......... പിന്നീട് എപ്പോഴെങ്കിലും..." ഞാൻ പിന്നെയും തണുത്തുറഞ്ഞ് വെറും കരിക്കട്ടപോലെ..

"ഇല്ല ഞാനൊരിക്കലും അവനെ പിന്നെ കണ്ടിട്ടില്ല..."

"അവനിന്നെവിടെയായിരിക്കും.... അവന്റെ മുഖം..... മാറിയിട്ടുണ്ടാവുമോ.... വിവാഹം കഴിഞ്ഞിട്ടുണ്ടാവുമോ...."

"രൂത്ത് ഒരിക്കൽ നീയായിട്ട് വലിച്ചെറിഞ്ഞതല്ലേ....."

"വലിച്ചെറിഞ്ഞതോ.... നീയാരെയെങ്കിലും പ്രണയിച്ചിട്ടുണ്ടോ......."

പ്രണയം അതൊരിക്കലും അവസാനിക്കുന്നില്ല.. അത് മരണം പോലെ ബലമുള്ളതും ഒരു നദിക്കും മുക്കിക്കളയാനാവാത്തതും.... കാലത്തിനുപോലും...."

"ആണോ..."

ആ യാത്രയുടെ ഒടുക്കംവരെ ഈ ചോദ്യം എന്റെയുള്ളിൽ പ്രതിദ്ധ്വനിച്ചുകൊണ്ടേയിരുന്നു.

"നിനക്കറിയാമോ... പിന്നെയും എത്രയോവട്ടം അവനെക്കാണാതെ തന്നെ ഞാനവനുമായി സല്ലപിച്ചിരിക്കുന്നു..... ഞാൻ കൊളുത്തുന്ന ഓരോ മെഴുകുതിരി ജ്വാലയിലും അവനെ ഞാൻ കാണുന്നു."

"പിന്നെ നീയെന്തിന് ഇങ്ങനെയൊരു വേഷം കെട്ടിനൊരുങ്ങി...." ഞാൻ പിന്നെയും തളരുന്നു.

"അതെനിക്കുപോലും നിശ്ചയമില്ല..... ശാരി... ദൈവം നിശ്ചയിക്കുന്നു എങ്കിലും എന്റെ പ്രണയത്തെ തളർത്താൻ സർവ്വശക്തനായ യഹോവയ്ക്കുപോലും ആകുന്നില്ല..."

യഹോവയ്ക്ക് കൂടി കഴിയാത്തത് എനിക്കെങ്ങനെയാകും.... ഞാനെന്റെ കരളിനെ തണുപ്പിച്ചു. നേരം പുലർന്നപ്പോൾ വണ്ടി സാമാന്യം തിരക്കുള്ള ഒരു സ്റ്റേഷനിൽ നിന്നു. രൂത്ത് ഉണ്ണിക്കുട്ടന് ചില പ്രത്യേകതരം തൊപ്പികളും, ബൊമ്മയും വാങ്ങി സമ്മാനിച്ചു. അവൾ തലേന്നു കണ്ട രൂത്തേ അല്ലായിരുന്നു. വികാരങ്ങളില്ലാത്ത പോലെ അവളുടെ കണ്ണുകൾ. അവൾ ചോദിച്ചു.

"ജയ്പൂരിലെവിടെയാണ് നിങ്ങൾ......? ബിക്കാനിറിൽനിന്നും തിരികെവരുമ്പോൾ ഞാനിറങ്ങാം....."

എന്റെയുള്ളിലേക്ക് രാസലായനി വീണ് കരുവാളിച്ചുപോയ ഒരു കൈ തികട്ടിവന്നു. ഞാനതിന് മറുപടിയൊന്നും പറഞ്ഞില്ല. രൂത്ത് പിന്നെയും പറഞ്ഞു.

"നിന്റെ അഡ്രസ്സോ ഫോൺ നമ്പറോ എന്തെങ്കിലും തരൂ... ഞാൻ വരാം..."

ഇത്തവണ എനിക്ക് ഒഴിഞ്ഞുമാറാനായില്ല.

"ഫോൺ നമ്പർ തരാം.."

ഞാൻ പേനയെടുത്തു വികൃതമായി കുറിച്ചിട്ട ചില നമ്പരുകൾ. മനപൂർവ്വം സ്ഥാനം തെറ്റിച്ചിട്ട അക്കങ്ങളിലേക്കു നോക്കി ഞാനിരുന്നു. പിന്നെ അതവളുടെ കൈകളിലേക്കു വച്ചുകൊടുത്തു. "പ്രെയ്സ് ദി ലോഡ്..."

അവൾ അത് നെഞ്ചോടു ചേർത്തു. പിന്നെ അവളുടെ കുപ്പായത്തിൽ ഭദ്രമായി നിക്ഷേപിച്ചുഎനിക്ക് കുറ്റബോധം തോന്നുന്നുണ്ടോ... ഞാൻ ഉണ്ണിക്കുട്ടനെ നെഞ്ചോടമർത്തി അവന്റെ മുടിയിഴകളിൽ വിരലോടിച്ചു. വണ്ടി ജയ്പൂരിലെത്താൻ വെമ്പൽകൊള്ളുമ്പോൾ എന്റയുള്ള് വല്ലാതെ ത്രസിച്ചു. അയാളായിരിക്കും സ്റ്റേഷനിൽ തന്നെ കാത്ത്.... വീണ്ടും ഒരു കണ്ടുമുട്ടൽ എല്ലാം അവിടെത്തീരുന്നു. ബിക്കാനീറും, ജയ്പൂരും തമ്മിൽ അകലമില്ലാതായേക്കാം.. പ്രണയത്തിന് ദൂരമില്ലല്ലോ.... വണ്ടി ജയ്പൂരിൽ നിർത്തുമ്പോൾ എന്റെ മനസ്സ് ഒട്ടും ശാന്തമല്ലായിരുന്നു. രൂത്തിനോട് ഉചിതമായ യാത്ര പറയാനുള്ള ക്ഷമപോലും അതിനില്ലായിരുന്നു. രൂത്ത് എന്റെ കൈകളിലേക്ക് ഒരു കുറിമാനം വച്ചുതന്നു.

"എന്റെ ഫോൺ നമ്പരാണ്.... വിളിക്കണം... മറക്കരുത്..."

കന്യാസ്ത്രീ പിന്നെയും വിതുമ്പുന്നുവോ... ഞാൻ പാപിയാണ്. അവൾ എന്റെ കൈകൾ നെഞ്ചോടു ചേർത്തു...

"ദൈവം അനുവദിക്കുമെങ്കിൽ ഇനിയും കാണാനിടയുണ്ടാകുമാറാകട്ടെ..." അവൾ ഉണ്ണിക്കുട്ടന്റെ കൈയിൽ ഉമ്മവച്ചു.

"എന്റെ കുഞ്ഞേ... നീയെനിക്കു പിറന്ന മകനായിരുന്നെങ്കിൽ ജ്ഞാനമുള്ള മകൻ അപ്പനെ സന്തോഷിപ്പിക്കുന്നു... നീ നിന്റെ അച്ഛനെ സന്തോഷിപ്പിക്കുക കുഞ്ഞേ.." രൂത്തിലെ കന്യാസ്ത്രീയാണ് ഇപ്പോൾ സംസാരിക്കുന്നത്. രാത്രിയിലെ മരുഭൂമി പോലെ തണുത്തുറഞ്ഞ് അവൾ..

വണ്ടി സ്റ്റേഷനിൽ നിർത്തുമ്പോൾ ഞാൻ പെട്ടിയുമെടുത്ത് ഉണ്ണിക്കുട്ടനെ മുന്നിലാക്കി നടന്നു.. അവൻ തിരിഞ്ഞു തിരിഞ്ഞ് എല്ലാവർക്കും യാത്ര പറഞ്ഞു കൊണ്ടിരുന്നു. ദൂരെ ആൾക്കൂട്ടത്തിനിടയിൽ വട്ടക്കണ്ണട കണ്ടു. വട്ടക്കണ്ണട മാത്രം, രാജേഷ് ആ ആൾക്കൂട്ടം ഒഴിഞ്ഞു മാറരുതെന്നെനിക്കു തോന്നി. അയാൾ തിക്കിത്തിരക്കി മുന്നോട്ട് നടക്കുകയാണ്. ഞങ്ങളെ കണ്ടു.... ഞാൻ രൂത്തിനെ ഒളിഞ്ഞു നോക്കി ഇല്ല. അവൾ ഒന്നും കാണുന്നില്ല. വേദപുസ്തകം കൊണ്ട് മുഖം മറച്ച് അവൾ... വചനം ഘോഷിക്കാൻ തുടങ്ങിയിരുന്നു.

പഠനം

കയറ്റിറക്കങ്ങളിലൂടെ മഴ നനഞ്ഞ ജലയാത്ര

എസ് സന്തോഷ്

മലയാള ചെറുകഥയ്ക്ക് പ്രായമേറുകയാണ്. 133 വർഷങ്ങൾക്ക് മുമ്പ് തുടങ്ങി പല ഘട്ടങ്ങളിലൂടെ വളർന്നു വികസിച്ച് പല ശാഖകളായി പിരിഞ്ഞ് എന്നാൽ അന്തഃസത്തയിൽ മികച്ച ഏകതാനത നിലനിർത്തി സമ്പന്നമായി തുടരുകയാണ് മലയാള ചെറുകഥാസാഹിത്യം. ഭാരതീയ ഭാഷകളിൽ ബംഗാളിയിലും മലയാളത്തിലുമാണ് നല്ല കഥകൾ ഉണ്ടാകുന്നത്.

വേങ്ങയിൽ കുഞ്ഞിരാമൻ നായനാരിൽ തുടങ്ങി എത്രയോ സർഗ്ഗധനരുടെ സംഭാവനകൾ സ്വരുക്കൂട്ടിയാണ് മലയാള ഭാഷയുടെ ഈ കഥായാത്ര. ജനിച്ചത് അമേരിക്കയിലാണെന്ന് പറയുമെങ്കിലും കഥ പണ്ടേ ഇവിടെയുണ്ട്. ഇതിഹാസങ്ങളിൽ ആകെ നീണ്ടും കുറുകിയു മെത്ര കഥകൾ. ജാതക കഥകൾ, പഞ്ചതന്ത്ര കഥകൾ, വിക്രമാദിത്യ കഥകൾ, ചൊൽക്കഥകളും വാമൊഴി കഥകളും, കഥയുടെ സരിത് സാഗ രങ്ങൾ... അങ്ങനെ വിസ്തൃതമാണ് കഥയുടെ ചരിത്രം. നവലോകാരംഭം ചെറുകഥയുടെ വരവോടെ തുടങ്ങിയെന്ന് നമുക്ക് അടയാളപ്പെടുത്താം. ത്വരിതപ്പെടുന്ന പ്രവൃത്തി മണ്ഡലങ്ങളുടെ ഇടവേളകളിലെ സാഹിത്യാ സ്വാദനം ചെറുകഥയെ ജനിപ്പിച്ചപ്പോൾ, ഇന്നവ ദൃശ്യഭാഷയിലെ ട്രോളുകൾ വരെയായി വികസിക്കുകയാണ്. എന്തെഴുതണമെന്ന അറിവില്ലായ്മയിൽ പകച്ചുനിൽക്കുന്ന തലമുറയും അവരിൽ നിറയുന്ന uncertainty യുമാണ് കഥ ഇപ്പോൾ. തുടങ്ങിയ കാലത്തെ പ്രസാദാ ത്മകവും ഹാസ്യാത്മകവുമായ റിയലിസത്തിൽനിന്ന് പടിപടിയായി വളർന്നെത്തുന്ന കഥ ആധുനികതയും ഉത്തരാധുനികതയും ഫാന്റ സിയും ബുദ്ധിപരതയും കടന്ന് ഇപ്പോഴത്തെ ഹൈപ്പർ റിയലിസത്തിൽ എത്തിനിൽക്കുന്ന കാലത്താണ് വി. ആർ. സതീജയുടെ കഥകൾ നാം

വായിക്കുന്നത്. ഈ കഥകളും പാരായണാനുഭവങ്ങളെ മനോഹരമായി മറികടക്കുന്നത് നാം അനുഭവിക്കുകയാണ്.

ഒരു സംഭവത്തിന്റെ, രംഗത്തിന്റെ, ഭാവത്തിന്റെ ഗദ്യ ചിത്രമായിരുന്നു കഥ. ഏകീകൃത ബോധം കഥ ജനിപ്പിക്കണം. രണ്ടുമൂന്നു മുഹൂർത്തങ്ങളിലൂടെ കടന്നുപോയി പ്രധാന മുഹൂർത്തത്തിൽ കഥ അവസാനിക്കണം. ആദ്യമുഹൂർത്തം അവസാന മുഹൂർത്തത്തെ സൃഷ്ടിക്കാൻ കരുത്തുള്ളതാകണം. അനാവശ്യമായ ഏതു ശബ്ദവും കഥയ്ക്ക് അലോസരമാണ്. കഥാവളർച്ചയെ സഹായിക്കാത്ത ഒരു വർണ്ണനയും കഥയ്ക്ക് ഇണങ്ങില്ല.

വായിച്ചു രസിക്കാൻ പാകത്തിൽ വായനക്കാരന്റെ മനസ്സിനെ തയ്യാറാക്കുംവിധത്തിൽ ആരംഭിച്ച് അനുവാചകന്റെ അനുമാനങ്ങളെ തകിടംമറിച്ച് അവസാനിക്കുന്ന വിധമാകണം അതിന്റെ സംവിധാനം. ചെറിയ കഥയെല്ലാം ചെറുകഥയല്ല. നോവലിന്റെ ചെറിയ രൂപവും ചെറുകഥയാവില്ല. ഉള്ളടക്കവും അത് ജനിപ്പിക്കുന്ന അനുഭവവും തമ്മിലുണ്ടാകുന്ന ഏകത്വമാണ് ചെറുകഥ. അറിവിനകത്തും അനുഭവമണ്ഡലങ്ങളിലും വ്യാപരിക്കുന്ന കഥാകൃത്ത് പലതട്ടിൽ ഉള്ള ജീവിതങ്ങൾ കാണുകയും ആ കാഴ്ച സഹാനുഭൂതിയോടെ ആയിരിക്കുകയും ചെയ്യുമ്പോൾ നല്ല ചെറുകഥ ഉണ്ടാകും. ഈ സമാഹാരത്തിൽ ആകെ ഉൾപ്പെട്ട വി ആർ സതീജയുടെ 11 കഥകളും ജീവിതത്തെ, അനുഭവമണ്ഡലങ്ങളെ സഹാനുഭൂതിയോടെ വീക്ഷിക്കുന്നു.

കഥ പറച്ചിൽ വ്യത്യസ്തമായിരിക്കണം. ഭാഷയുടെ സവിശേഷ സ്വത്വംകൊണ്ട് കഥാകൃത്തിന് സ്വന്തം ഇടം കണ്ടെത്താൻ കഴിയണം. ഒരു വ്യക്തി അഥവാ അനുവാചകൻ തന്റെ അനുഭവങ്ങളും വിചാരങ്ങളും കൊണ്ട് സ്വയം നിർമ്മിച്ചെടുത്ത ഭാഷയിലാണ് കഥാവസ്തുവുമായി വിനിമയം ചെയ്യുന്നത്. കഥയുടെ ഭാഷ ഈ പ്രക്രിയയെ തടസ്സപ്പെടുത്തുന്നതാവരുത്. ഭാഷ പാകമായതും രസിപ്പിക്കുന്നതുമാണ് സതീജയിൽ. അവരുടെ ഭാഷ വായനക്കാരനെ ദ്രോഹിക്കുന്നില്ല. മനുഷ്യന്റെ ഭാഷയിൽ എഴുതുക എന്നത് എല്ലാ കഥകളുടെ കാര്യത്തിലും സ്വീകരിച്ച ഋജു മാർഗ്ഗമാണ്. സമാഹാരത്തിലെ ഓരോ കഥയിലും സൗന്ദര്യാനുഭവം പകരുന്ന വിധത്തിൽ ഭാഷ തിടം വയ്ക്കുന്നത് നമുക്കറിയാനാവുന്നതാണ്. ഒപ്പം വായിക്കുന്നവനെ മുറിവേൽപ്പിച്ചും വേദനിപ്പിച്ചും നാണം കെടുത്തിയും ഉറക്കം കെടുത്തുന്നതിനും ഭാവത്തിന് കൂട്ടുപോകുന്ന ഭാഷയ്ക്കാവുന്നുണ്ട്. ഇതിനപ്പുറത്ത് ഭാഷ ആസ്വാദകനെ മോഹിപ്പിക്കുകയും ചെയ്യുന്നു. സാധാരണ കാര്യങ്ങൾ പോലും സാഹിത്യഭാഷയുടെ അകമ്പടിയിൽ സവിശേഷമേന്മയേറിയതെന്ന് ഈ രചനാശൈലി മൂലം തോന്നുന്നു.

പുരുഷ, പ്രകൃതിയിൽ അധിഷ്ഠിതമായ സൂക്ഷ്മ നിരീക്ഷണവും പശ്ചാത്തല വിവരണവും കഥയുടെ മർമ്മം അറിഞ്ഞുള്ള അന്തരീക്ഷ നിർമ്മിതിയും കഥാകാരിയുടെ പ്രത്യേകതകളാണ്. ആഖ്യാതാവായി

ഇടപെടുമ്പോൾ പോലും വികാരങ്ങൾക്കടിപ്പെടാത്ത ശൈലിയും, നിസ്സംഗതയിൽ ഊന്നിയുള്ള മിതത്വവും, സൃഷ്ടിക്കുന്ന പാറ്റേണുകളുടെ പുതുമയും, കൃത്യമായ അനുപാതത്തിൽ ഉപയോഗിക്കുന്ന അതിഭാവുകത്വത്തിന്റെ സ്വാതന്ത്ര്യവും സ്ത്രീപക്ഷം എന്ന പ്രകടഭാവമില്ലാതെ ഔചിത്യ പൂർണ്ണമായ സ്ത്രീ കേന്ദ്രീകൃത വിഷയ സ്വീകരണവും സതീജയുടെ കഥകളെ വ്യക്തിത്വമുള്ളതാക്കുന്നുണ്ട്.

ആസ്വദിച്ചു കഴിഞ്ഞാൽ വിസ്മരിക്കപ്പെടുന്ന കഥകൾ എഴുതുന്നില്ലെന്നാണ് കെ. പി അപ്പൻ ടി. പത്മനാഭനെ പറ്റി എഴുതിയത്. വാക്കുകൾ നദികളിൽ ഒഴുകിവരുന്ന വിളക്കുകളായി തീരുന്നുവെന്നും അദ്ദേഹം എഴുതി. സതീജയുടെ കഥകളും ജീവിതത്തിന്റെ വെളിച്ചം കൊളുത്തി വെച്ചവയും പെട്ടെന്ന് മറക്കാനാവാത്തവയുമാണ്.

ജനിമൃതിയുടെ ഇടയിൽ പ്രണയവും രതിയും സ്വീകാരനിരാസവും തലമുറകളിലേക്ക് വളരുന്ന കപടമായ നിസ്സംഗതയും പ്രമേയമാകുന്ന ഒറ്റമരങ്ങൾ അനന്യമായ അനുഭവ വിശേഷമാണ് സൃഷ്ടിക്കുന്നത്. ചാവിനും പേറിനും രുചിയും മണവുമേറ്റുന്ന കഥയിൽ വിരുദ്ധ ബിംബ കല്പനകൾ ധാരാളമുണ്ട്. ഉദാരമായ പ്രലോഭനങ്ങൾക്കും പ്രേരണകൾക്കും വഴങ്ങുന്നവരാണ് ഇതിലെ കഥാപാത്രങ്ങൾ. വിഷയ സംബന്ധിയായി പ്രകൃതിയെ വിശകലനം ചെയ്തും സൂക്ഷ്മ നിരീക്ഷണത്തിൽ അനുയോജ്യമായ ബിംബങ്ങളെ ദ്വന്ദ്വാത്മകമായി മേളിപ്പിച്ചും കഥയുടെ മർമ്മത്തിലൂന്നി നടത്തുന്ന അന്തരീക്ഷ നിർമിതി ആകർഷകമാണ്. ഈ സമാഹാരത്തിൽ മനോഹരവായന ഉറപ്പിക്കുന്ന ഇക്കഥ തീവ്രമായ കഥാ വീഥിയിലൂടെയാണ് സഞ്ചരിക്കുന്നത്.

കാരയ്ക്കാ രുചിയും ബേബി പൗഡർ മണമുള്ള പേറിലും പിറപ്പിലും കരിയില ചീഞ്ഞ മണ്ണടരിലും മൃതിഗന്ധത്തിലും ധ്വനിക്കുന്ന ചാവിനും മുകളിൽ സൂചി മഴ കൊണ്ടുവരുന്ന പീലിക്കുന്ന് മനുഷ്യർക്കും മൃഗങ്ങൾക്കും മാത്രമല്ല മരങ്ങൾക്കും ജീവിക്കുമ്പോഴും മരിക്കുമ്പോഴും ആശ്വാസമാകുന്ന മിത്തിക്കൽ വിശ്വാസമാണ്. ചാവിന്റെ നോവിന് ഏറ്റവും വലിയ അഭയം മരണാനന്തരമൊരു ജീവിതമുണ്ടെന്ന തോന്നലോ അതിനു മേലുള്ള വിശ്വാസമോ ഉറപ്പു തന്നെയോ ആണ്. ജന്മ മൃത്യു ദ്വന്ദ്വഭാവങ്ങൾക്കിടയിലെ ഭൂതഭാവിവർത്തമാനകാല ഗതിയിലേക്ക് അനായാസ വഴക്കത്തോടെ കഥ സഞ്ചരിക്കുന്നു. മനുഷ്യ സ്വഭാവവും നിർലീനമായ വിഭിന്ന ഭാവങ്ങളും വായിക്കുന്നവരിൽ ഉൾക്കാഴ്ചയുണർത്തുന്നു. കഥ എപ്പോഴും കെട്ടുകഥ കൂടിയാണ്. കഥയിവിടെ മുന്നിൽ നടക്കുന്നത് കാണാം. സാധാരണ വഴി നടക്കുന്നവരുടെ വഴിത്താരയിൽ അല്ല ഈ കഥാസഞ്ചാരം. സ്വീകരിച്ചിരിക്കുന്ന പ്രമേയത്തിന്റെ ഘനവും ഗൗരവവുംകൊണ്ട് പലതലത്തിൽ അത് വളരുകയും സജീവഭാഷയുടെ ഓളത്തിലേറി നിരന്തരം ചലിക്കുകയും ചെയ്യുന്നു. പീലിക്കുന്നിലെ മരണാനന്തര ജീവിതത്തിന്റെ ഉറപ്പ് വിശ്വാസമാക്കിയ സോണിയും ഭ്രൂണമുരുക്കുന്ന മുത്തിയും 90 ദിവസത്തെ പ്രണയാന്ത്യം എല്ലാം

എടുത്ത് ദാരിദ്ര്യവും ഗർഭവും പരിത്യക്തതയും നൽകിയ കാമുകനും 10 വർഷം പാറപ്പുറത്തെ ഊഷരതയിൽ വിതച്ച് മുളയ്ക്കാത്ത സൃഷ്ടിയിൽ പരിതപിച്ച നരച്ച പുരുഷനും രുചിയുടെയും മണത്തിന്റെയും വാത്സല്യത്തിന്റെയും വിധേയത്വത്തിന്റെയും കരുതലായിരുന്ന എസ്തപ്പാനും നവലോകത്തിന്റെ തൻ പോരിമയുള്ള എസ്തപ്പാന്റെ ചെറുമകനും സമീകരിക്കപ്പെടുന്ന വിരുദ്ധദ്വന്ദ്വങ്ങളായിത്തീരുന്നു. മനസ്സിനെ എയ്തു മുറിക്കുന്ന കഥയിൽ കൃത്യമായ അനുപാതത്തിൽ ഉപയോഗിക്കുന്ന അതിഭാവുകത്വത്തിന്റെ സ്വാതന്ത്ര്യം കഥയുടെ ജൈവബിന്ദുവാകുന്നു. കരുണയും സ്നേഹവും നിറച്ച സൂചി മഴയിൽ നനഞ്ഞ മരങ്ങൾ വീണ്ടും വീണ്ടും പെയ്തു പെയ്തു ജീവിതം നിറയ്ക്കുമ്പോൾ കഥ തിരിച്ചു നടക്കുകയുമാണ്. പീലിക്കുന്നിലേക്ക് ജീവിതം വലിച്ചുകൊണ്ടു പോകുന്ന മരണത്തിലേക്കും മരണാനന്തര സമസ്യകളിലേക്കും മഴയിൽ ലയിച്ചുലയിച്ച് പിന്നെ ഒറ്റമരം പെയ്യുന്ന കാരുണ്യത്തിലേക്കും അവസാനിക്കുകയാണോ തുടരുകയാണോയെന്നറിയാതെ മാതൃത്വത്തിന്റെയും പ്രണയത്തിന്റെയും പുതിയ ലോക ക്രമം കഥ ഓർമ്മിപ്പിക്കുന്നു.

ഇരുട്ടും വെളിച്ചവും നിറഞ്ഞ പ്രത്യേക അർത്ഥതലങ്ങളില്ലാത്ത കപ്യാരുടെ ജീവിതഭാരമേറ്റിയ ചുമയുടെയും ജീവിതത്തിന്റെ വേഗക്ഷമത ദുർബ്ബലമാക്കിയ പോളിയോ കാലുകളുള്ള അയാളുടെ ഇളയ മകൾ ട്രീസയുടെയും ദുരന്തത്തിന്റെ മരക്കുരിശാണ് പാതിരി കരളിന്റെ ഒരു പാതിയിൽ വഹിക്കുന്നതെങ്കിൽ ജയ്സനെന്ന വിശ്വാസിയുടെ വിലക്ഷണ ലൈംഗിക ദാഹത്തിന്റെ സ്വർണ്ണകുരിശാണ് മറ്റൊരു ഭാരം. കർത്താവിനും ഈ രണ്ടു ഭാരങ്ങളുമാണ് കുരിശായതെന്ന് “ദൈവവഴികൾ” അടയാളപ്പെടുത്തുന്നു. ജെയ്സന്റെ ഭാരം ദുർബ്ബലമായ ശരീരം കൊണ്ടും നിസ്സഹായമായ കാലുകൾകൊണ്ടും ഏറ്റുവാങ്ങുന്ന ട്രീസയെന്ന കുരുന്നു പെൺകുട്ടിയുടെ ദൈന്യരോദനം പറുദീസയുടെ സ്വർണ്ണക്കവാടത്തിൽ ഉടഞ്ഞു വീഴുന്നത് സ്വർഗ്ഗം തുറക്കുന്ന ഒരു ക്രിസ്മസ് കാലത്തെ സമാധാന ഗാനത്തിന്റെയും ഇമ്പത്തിന്റെയും സന്മനസ്സുള്ളവരുടെ ഭക്തിയുടെയും ആഘോഷത്തിന്റെയും രാവിലുമാണെന്നത് മതപൗരോഹിത്യത്തിന്റെയും ആത്മീയ വിശ്വാസ പ്രമാണങ്ങളുടെയും നിസ്സഹായത കൂടി ദൈവവഴികൾ ആണെന്ന് നമ്മെ നിരുത്സാഹപ്പെടുത്തുന്നു. ഒപ്പം ഇത് അവസാനത്തെ പെൺകുട്ടിയാകട്ടെ എന്ന് അറിയാതെ ആരും ആശിച്ചുപോകുകയും ചെയ്യും. നിരുന്മേഷപൂർണ്ണവും നിസ്സഹായതയുടെ സ്വയം ലജ്ജ തോന്നുന്നതുമായ കഥയുടെ ആഖ്യാനം പകലിന്റെയും രാവിന്റെയും പാപത്തിന്റെയും കുമ്പസാരത്തിന്റെയും തണുപ്പിന്റെയും ഉഷ്ണത്തിന്റെയും വിപരീത ദ്വന്ദ്വങ്ങളുടെ മനോഹര സന്നിവേശമാണ്. ഏറ്റുപറച്ചിലിന്റെ നിരർത്ഥകതയ്ക്കൊപ്പം പാപങ്ങളുടെ ആവർത്തനങ്ങളിൽ നിന്നുള്ള ഒരു പിൻവിളിയും ദൈവവഴി ഉറപ്പുതരുന്നില്ലെന്നതും ശ്രദ്ധേയമാകുന്നു.

നരച്ച കട്ടിപ്പുരികത്തിനുകീഴിൽ ആകാംക്ഷാ നിർഭരമായി

തുറന്നുവച്ച രണ്ട് കണ്ണുകൾ കാവലാക്കി തുറന്ന വീടിന്റെ ഉമ്മറത്ത് ഉറങ്ങാതിരിക്കുന്ന ഒരു പാവം പാവം പിതാവിന്റെ കാത്തിരിപ്പിനുമേൽ പെയ്ത മഴയുടെ നൊമ്പരക്കാഴ്ച "മഴയിലേക്ക് തുറക്കുന്ന വീടുകൾ" എന്ന കഥ അനുസ്മരിപ്പിക്കുന്നു. അടയ്ക്കാത്ത വാതിലും നൊമ്പരത്തിലേക്ക് പെയ്യുന്ന മഴയുമാണ് ഈ കഥയുടെ കാതൽ. രക്തസാക്ഷിയുടെയും ആ പ്രക്രിയയിലെ എതിരാളിയുടെയും രക്ഷിതാക്കൾക്ക് ഈ വാതിലും മഴയും ഒരുപോലെയാണ്. രക്തസാക്ഷിത്വം ഒരു നിയോഗവും അതിനുള്ള സാഹചര്യം ഒരു ഉത്തരവുമാണ്. പക്ഷേ, ഇന്നത് ഒരു ആകസ്മിക അപകടവും അതിനു പിന്നാലെ നടക്കുന്ന നടപ്പ് വ്യവഹാരവും ആണ്. രക്തസാക്ഷിയുടെ നോവ് തിന്നുന്ന പിതാവ് പതം പറഞ്ഞും ജപമെറിഞ്ഞും മനോവിഭ്രമത്തിൽ അലിയുന്ന മാതാവ് എന്ന പതിവ് മാതൃകയിലല്ല ഈ കഥ വികസിക്കുന്നത്. രക്തസാക്ഷിത്വത്തിന്റെ വിപണന മൂല്യത്തെ നിവർന്നുനിന്ന് ചോദ്യം ചെയ്യാനും പുതിയ കാല രീതികളുടെ പൊയ്ക്കാലുകൾക്ക് പിന്നിൽ ഒളിച്ച വഞ്ചനയുടെ പാരമ്പര്യ തിരശ്ശീല ചീന്താനുമുള്ള നെഞ്ചൂക്ക് കഥയ്ക്കുണ്ട്. കോടതിന്യായ വ്യവസ്ഥകളുടെ പതിവേടുകളിൽ തല കുനിച്ചൊരു കുറ്റവാളിയും നീതി തുലാസിൽ അണു പണമിട തൂക്കി നോക്കുന്ന കുറ്റവും ഉണ്ടോ എന്ന കാതലുള്ള ചിന്തയിലേക്ക് ചൂണ്ടാനും ഒപ്പം രക്തസാക്ഷി ആരാണെന്നറിയാനും കഥാ വിഷയത്തിനായി.

മാംസം രുചിച്ച ശവംതീനി ഉറുമ്പുകൾ ബോധാബോധം നിർണ്ണയിക്കുന്ന തലച്ചോറിന്നടരുകളിൽ വാസമുറപ്പിക്കുമ്പോൾ അവ തിന്നു തീർത്തതും ബാക്കി വെച്ചതും "ഉറുമ്പുകൾ ബാക്കിയാക്കിയതി"ൽ അറിയാം. ഉറുമ്പുകൾ ബാക്കി വയ്ക്കുന്ന കബന്ധങ്ങൾ, കാലുകൾ വർത്തമാനത്തിനും ഭാവിക്കും ബാധ്യത സൃഷ്ടിക്കുമ്പോൾ അവ തിന്നു തീർത്ത ഉടൽപ്പാതികൾ തലച്ചോറിലെ ബോധാബോധതലങ്ങളിലാണ് തിണർപ്പുണ്ടാക്കുക. ഉറുമ്പുകളുടെ ആയിരം കണ്ണുകൾ പങ്കിട്ട് വിശാലമാക്കുന്ന കാഴ്ചയുടെ പിരമിഡ് തലച്ചോറിന്റെ ഏകതാന ചിന്തകളുടെ ഞെക്കുവിളക്കുകൾക്കു മുന്നിൽ തീർക്കുന്ന ജീവിത സമസ്യയാണ് കഥയുടെ മർമ്മം. സക്രിയമായ വായന എന്ന ആസ്വാദകധർമ്മം ഈ കഥ ആവശ്യപ്പെടുന്നുണ്ട്. കൃതിയിലെ സൂചകങ്ങൾ അന്വേഷിച്ച് കഥയ്ക്കു പുറത്തും അകലെയും സഞ്ചരിക്കാൻ വായനക്കാരന് അവകാശമുണ്ട്. അയാൾ എത്ര ദൂരത്തേക്ക് കറങ്ങുന്നുവോ അത്രകണ്ട് സൗന്ദര്യാത്മകമാകും കഥാസൃഷ്ടി. രൂപാന്തരീകരണമെന്ന കഥയിൽ ഇഴഞ്ഞു നീങ്ങിയ വഴികളിൽ വഴുവഴുപ്പൻ വരകൾ ബാക്കിയാക്കിയ യാത്രകൾ നടത്തുന്ന "കാഫ്കെയുടെ ഗ്രിഗറിന്" ചുറ്റുമുള്ളവരിൽ ഭയവും വെറുപ്പും ഉണ്ടാക്കുംവിധത്തിൽ ശരീരത്തിന് മാറ്റംവന്നപ്പോൾ അയാളുടെ രൂപത്തിനും മറ്റുള്ളവരുടെ മനോഗതിക്കുമാണ് രൂപാന്തരീകരണം നടക്കുന്നത്. പെൺകുട്ടിയുടെ കാലുകളും തീവണ്ടി പാളങ്ങളിൽ നിറയുന്ന ഉറുമ്പുകളും ഏറ്റുമുട്ടുന്ന

രണ്ട് പ്രബല മത പ്രാതിനിധ്യംക്കൂടി ആരോപിക്കാവുന്ന പട്ടേരിയെയും കാദറിനെയുംപോലെ മനോഗതിയിൽ രൂപാന്തരീകരണം തീർത്ത് ഒരേസമയം കഥയെ സ്വീകരിക്കാനും നിരാകരിക്കാനും തോന്നിപ്പിക്കുന്നു.

ചട്ടങ്ങൾ മാറ്റാൻ ഗർജ്ജിച്ച ആശാന്റെ പ്രചോദനത്താൽ സിംഹപ്രസവമെന്ന അതീവ ദുർലഭ മുഹൂർത്തതിനെ ക്യാമറയിലാക്കാൻ കാത്തിരുന്ന ശന്തനുവെന്ന വൈൽഡ് ലൈഫ് ഫോട്ടോഗ്രാഫറുടെ ക്യാമറ കണ്ണിലേക്ക് കയറി വന്ന രഹസ്യമാണ് "ആത്മായനങ്ങൾ". കൗതുക കാഴ്ചകൾക്ക് അപ്പുറത്തേക്ക് ക്യാമറ വീക്ഷണകോണം പുതുക്കി നിശ്ചയിക്കുമ്പോൾ വൈൽഡ് ലൈഫ് ഫോട്ടോഗ്രാഫറുടെ മുൻഗണനയും ലെൻസിന് പിന്നിലെ ആത്മ സഞ്ചാരവും നവീകരിക്കപ്പെടുന്നത് കാണാം. ശന്തനുവിനും ലീലയ്ക്കും പൊതുവിലുണ്ടായിരുന്നത് ലെൻസിലൂടെയുള്ള വന നിഗൂഢതകൾ ആയിരുന്നു. ലെൻസിനുമുന്നിലുള്ള യാഥാർത്ഥ്യത്തിലേക്ക് ലെൻസിന് പിന്നിലെ കഥാപാത്രങ്ങൾ ആത്മബലിയിലൂടെ സക്രിയമാകുന്ന പരിണതിയാണ് കഥ പറയുന്നത്. നിഷ്കപടമായ ഊരുകളുടെയും കാവലിന്റെയും ഗോത്ര നന്മയുടെയും കാടകങ്ങളുടെ മേൽ പരിഷ്കൃതി നടത്തുന്ന അധിനിവേശമാത്സര്യത്തിന്റെ ആകുലതകൾ, ആത്മാക്കളുടെ വ്യസനത്താൽ ഘന സാന്ദ്രമാക്കിയ പഞ്ഞിക്കെട്ട് പോലെയുള്ള മേഘ ശകലങ്ങളുടെ വിഹഗ വീക്ഷണത്തിൽ പടർത്താൻ കഥാകൃത്ത് ശ്രദ്ധിച്ചു. ചില ആനുകാലിക യാഥാർത്ഥ്യങ്ങളെ അനുസ്മരിപ്പിക്കുന്ന കഥ, "ചരിത്രത്തിന്റെ നിയമങ്ങളും നിയമഭേദങ്ങളും നമ്മെ നയിക്കാതിരിക്കാനും നമ്മുടെ ധർമ്മങ്ങൾ മാത്രം നമ്മെ നയിക്കാനും ചരിത്രത്തിൽ ഉൾപ്പെട്ട് ഒഴുകാതെ ചരിത്രം നമ്മിലൂടെ കടന്നു പോകട്ടെ" എന്ന വിധത്തിൽ അടയാളപ്പെടുത്തുന്നതുമാണ്.

പ്രതീകാത്മകതയുടെ പ്രകട ഭംഗിയുള്ള 'ഉയിർപ്പിന്റെ അടയാളങ്ങൾ'ടെ മേൽ 'ഒറ്റ മരങ്ങളുടെ' വിഷയ സദൃശ്യത ആരോപിക്കാമെങ്കിലും ആഖ്യാന സമ്പ്രദായത്തിൽ പുലർത്തിയ ചാതുര്യം കൊണ്ട് പെട്ടെന്ന് തന്നെ അക്കാര്യം സ്വയം വായനക്കാരന് തിരുത്താനാവും. മേരിയുടെ മേനിയിലാദ്യവും മനസ്സിൽ പിന്നീടും പടർന്ന ഇരുട്ടും നരകത്തിൽ നിന്ന് ദേഹത്തേക്ക് ഇഴഞ്ഞിറങ്ങിയ പുഴുക്കളും തേരട്ടകളും നരക ജലത്തിന്റെ വന്യമായ ഒഴുക്കും പഴുത്തു വിങ്ങിയ പുണ്ണിന്റെ ഗന്ധവും അലോസരപ്പെടുത്തുന്നു. സഹപാഠിയുടെ സൗമ്യ സഖിത്വവും ഏകാന്ത വിദ്യാലയത്തിന്റെ രസതന്ത്രവും അദ്ധ്യാപക വാത്സല്യവും സുരക്ഷിത വഴികളുടെ സ്വാതന്ത്ര്യവും എത്ര വേഗത്തിലാണ് രൂപ പരിണാമ വിധേയമാകുന്നത്.

മതവും പ്രാർത്ഥന ബിംബങ്ങളും വിശ്വാസങ്ങളും പിന്നാലെ വരുന്ന ഭരണഘടനാ വ്യവസ്ഥകളും ന്യായവിചാരണ സമ്പ്രദായങ്ങളും നടത്തുന്ന ബലാത്സംഗത്തിനും ഒരേ നരകഗന്ധമാണ്. കൗമാര കന്യകയായ മേരിയിലൂടെ ഉയിർക്കുന്നതും നിലവിലെ മത ബിംബസ്വത്വങ്ങൾ മാത്രമാകുന്നതെത്ര നിരാശയാണ് നമ്മിൽ ജനിപ്പിക്കുന്നത്.

ഒട്ടും കരുണാമയമല്ലാത്ത വർത്തമാന ലോകക്രമത്തിനോട് ഈ ഉയിർപ്പ് നിസ്സംഗമായി കലഹിക്കുന്നു.

ചെറു പൂരങ്ങളുടെയും വാദ്യഘോഷങ്ങളുടെയും തീപ്പൊരി ചന്തങ്ങൾക്കിടയിലൂടെ വളരെ പ്രധാനപ്പെട്ട ചിലത് നമുക്ക് ഏവർക്കും കളഞ്ഞുപോകുന്നുണ്ട്. വിരൽ വിടുവിച്ച് തിരക്കിൽ മാഞ്ഞുപോയ, യാത്ര പറയാതിറങ്ങിപ്പോയ, കണ്ടു കണ്ടിരിക്കെ മാഞ്ഞുപോയ ചിലത്. ചന്ദന തൈലത്തിന്റെയും സാമ്പ്രാണിത്തിരിയുടെയും ചെറു വ്യാപാരത്തിൽ നിന്നും ഗണനാഥന്റെയും ബോധിസ്വത്വന്റെയും മിനിയേച്ചർ വിൽക്കുന്ന വൈഭവത്തിലേക്ക് ആത്മീയതപോലും മാറി കോർപ്പറേറ്റ് രീതികൾ അവലംബിക്കുന്നത് തടയാൻ ആർക്കാണ് സാധിക്കുക. നാഗരിക സാഗരങ്ങളുടെ ഭീമൻ തിരമാലകളിൽ ഉയർന്നു വരുന്ന വിപൽ സന്ദേശങ്ങളുടെ ഭാവമേറ്റു മനസ്സ് തേയുന്ന ആധുനിക മനുഷ്യന്റെ പ്രകടനങ്ങൾ അതിഭൗതികമായി തീർന്നിട്ടുണ്ട്. ആർഭാടകരമായ ഗൃഹാതുരത്വത്തിനു പോലും പക്ഷേ, ഓർമ്മകളെ അതേപടി പൂർണ്ണമായി ആവിഷ്കരിക്കാനാകുന്നില്ല. ഈ പ്രതിസന്ധി കളഞ്ഞു പോയവളുടെ “മാഞ്ഞുപോകാത്ത അടയാളങ്ങൾ” തേടുമ്പോഴും ഉണ്ട്. “കളഞ്ഞുപോയ ചില അടയാളങ്ങൾ നിസ്സംഗമായാണോ കാത്തിരിക്കാനിനി കാലമില്ലെന്ന വൃദ്ധ രതിയുടെ കുതൂഹലത്തോടെയാണോ അതോ പിതൃനിസ്സ്വനത്തിന്റെ വത്സല തരളതയോടെയാണോ അയാൾ തിരഞ്ഞതെന്ന കലാസൗകുമാര്യമാർന്ന നർമ്മമത്വമാണ് കോർപ്പറേറ്റ് ഗോവണിപ്പടികളിൽ അടയാളങ്ങൾ അവശേഷിപ്പിക്കാതെ കയറുന്ന ആധുനിക മനുഷ്യരൂപത്തിന്റെ നിഴലുകളിൽ നിന്നുകൊണ്ട് ആകർഷണീയമല്ലാത്ത ചില സത്യങ്ങൾ വികൃതമായി ചിരിക്കുമ്പോൾ നാമറിയുന്നത്.

പ്രണയവും മരണവും സതീജയെ സർഗ്ഗധനയാക്കിയ രണ്ടു പ്രധാന പ്രപഞ്ച സമസ്യകൾ തന്നെയാണ്. നല്ല പ്രണയം പ്രബലമായ സമരമാണ്. ആ സമരത്തിൽ തോറ്റുപോയി കന്യാസ്ത്രീയായ സഹപാഠി രൂത്തിനെ ദീർഘയാത്രയിൽ കണ്ടുമുട്ടുന്ന കഥയെല്ലാമറിയുന്ന ആഖ്യാതാവിനോടൊപ്പം കുഞ്ഞുമകൻ ഉണ്ണിക്കുട്ടനും ഉണ്ട് രൂത്തിന്റെ പ്രണയപാത്രം രാജേഷ് ഇന്ന് ഭർത്താവും ഉണ്ണിക്കുട്ടന്റെ പിതാവുമാണ് ഏതനുഭവത്തിനും മൗലികതയുടെ ധാരാളം വ്യതിയാനങ്ങളുണ്ട്. ഓരോ അനുഭവത്തെയും വേർതിരിക്കുന്നത് മൗലികതയുടെ പ്രതികരണ വ്യതിയാനം കൊണ്ടാണ്. ഓരോ പ്രണയിനിയും പ്രണയിയും ഓരോ ആളാണ്. അവരെ നമുക്ക് താരതമ്യപ്പെടുത്താനാവില്ല. അങ്ങനെയാണ് അവർ ജീവിതത്തെ അടയാളപ്പെടുത്തുന്നത്. ഒന്നിച്ചാലും വേർപിരിഞ്ഞാലും അവർ ഒറ്റയ്ക്കായി പോകുന്നു. പ്രണയിയെ എന്തിലും ദർശിക്കാനാവുന്ന സാർവജനീനതയും എന്തിനും അനുഭവിക്കാനാവുന്ന ഇന്ദ്രിയ സംവേദനക്ഷമതയും പ്രണയത്തിന്റെ മൂർദ്ധന്യത്തിൽ ആർജ്ജിക്കാനാവും. കാലം പ്രണയത്തെ പരിഷ്കരിച്ചിട്ടുണ്ട്. പ്രണയത്തിന്റെ ആത്മബലി പുതിയകാലത്ത് നഷ്ടമായിട്ടുണ്ട്. ഉപഭോഗ

തൃഷ്ണയിൽ ഞെരിപിരി കൊള്ളുന്ന പുതിയ പ്രണയത്തിന് ത്യാഗസീമകൾ മടുത്തു പോയിട്ടുണ്ട്. എന്നിലെ നിന്നെയും നിന്നിലെ എന്നെയും പരസ്പരം തേടുകയല്ല സ്വന്തമാക്കി വയ്ക്കുകയും ഉടമസ്ഥത പ്രഖ്യാപിക്കുകയും സ്വയം കൈകാര്യം ചെയ്യാനാവുന്ന ഉൽപ്പന്നമെന്ന നിലയിൽ, സ്വയം ചലിപ്പിക്കാവുന്ന ഉപകരണമെന്നപോൽ സർവ്വസ്വാതന്ത്ര്യ മാളുകയുമാണ് പുതിയ രീതി. എന്നാൽ "രൂത്തിന്റെ പുസ്തകം" പ്രണയത്തെ പഴയരീതിയിൽത്തന്നെ പുനർവായന നടത്തുകയാണ്.

പാർക്കിലെ "പവിഴമല്ലി ചോട്ടിലെ കുതിര" അമ്മമ്മയുടെ കഥയിലെ രാജകുമാരിയുടെ രൂപമാർന്ന കുട്ടിയെ ചുമലിലേറ്റിപ്പറന്ന് രാക്ഷസനെ തോൽപ്പിച്ച് അമ്മയെ മോചിപ്പിക്കുമായിരിക്കും. മരിച്ചുപോയ അമ്മമ്മയുടെ മധുരം തേടി വന്ന ഉറുമ്പുകളും കുളിമുറിയിലെ ബാസ്ക്കറ്റും പാർക്കിലെ സിമന്റ് ബെഞ്ചുകളും കളിവസ്തുക്കളും ചേർന്ന് കഥയുടെ അതിസാധാരണമായ വിഷയത്തെ അസാധാരണമായി പരിചരിച്ച് വിഷയാതീതമായ വികാരഭൂമികയൊരുക്കുന്നതിൽ സാധനാപൂർണ്ണമായ കയ്യടക്കം കാട്ടുന്നത് അഭിനന്ദനീയം. പവിഴമല്ലി എന്ന പവിത്രവും നിഷ്കളങ്കവുമായ അടിത്തറയിൽ നിന്നും കൊച്ചു പെൺകുഞ്ഞിന്റെ മനോവ്യാപാരത്തിന്റെ ചിറകിലേറി "കുതിരയുടെ കഥ" സഞ്ചരിക്കുന്നു.

"പഴകിത്തേഞ്ഞ പശുക്കഥ"യിൽ ഇതിഹാസത്തോളം പഴകിയ അഗമ്യഗമനത്തിന്റെ അവിശുദ്ധതയുണ്ട്. അവിശ്വസ്തതയുടെ കളങ്കമുണ്ട്. പശുക്കയറുകൾ പിടിച്ചു വലിക്കുന്നിടത്തേക്ക് നടത്തുന്ന വിധിവിപര്യയങ്ങൾ പക്ഷേ, അശോകന് പരമ്പരയായി പകർന്നു കിട്ടിയതാവും. രാഹുലിന്റെ പേരും സമരോത്സുകയൗവനവും അങ്ങനെ തന്നെ അന്വയിക്കപ്പെടുന്നതിലാണ് കഥ സുന്ദരമാകുന്നത്.

മിലൻ കുന്ദേര പറയുന്നതാവർത്തിച്ചാൽ ജീവിതം കഥപറയുന്നില്ല, എഴുത്താണ് ജീവിതം പറയുന്നത്. തിരുത്തിയും തിരുത്തിയും മാറ്റിമാറ്റിയുമുള്ള ആവർത്തിച്ചുള്ള എഴുത്ത്. അത്തരം ആവർത്തിച്ചുള്ള എഴുത്തു പറയുന്ന ജീവിതമാണ് സതീജയുടെ മേൽപ്പറഞ്ഞ രണ്ടു കഥകളും.

സമാഹാരത്തിലെ അവസാനത്തെ കഥ മൂന്നു തലമുറകളിലേക്ക് കൂടി വികസിച്ച മൂന്നു പെണ്ണുങ്ങളുടെ കഥയാണ്. കയറ്റിറക്കങ്ങളുടെ പുരുഷകാമനകൾ ചുറ്റിപ്പിണയുന്ന ലോകത്തെ അഭിമാനപൂർവ്വം അവതരിപ്പിക്കുന്ന ചാത്തച്ചാരിൽനിന്നും ആകാശ വിസ്തൃതി തേടുന്ന നവീന കാഴ്ചയുടെ പൂരാനുഭവത്തിലേക്ക് കൈപിടിച്ചു കയറിയ മകളും ഭൂമിയുടെ ഹൃദയാഴങ്ങളിലേക്ക് വീണിറങ്ങി നടുങ്ങുന്ന അമ്മയും പൗരുഷമാർന്ന ആദി വിലക്കുകൾക്കും അതിരുകൾക്കുമപ്പുറത്തേക്കുമിപ്പുറത്തേക്കും കയറിയുമിറങ്ങിയും പോകുമ്പോൾ, അമ്മമ്മയായ സാവിത്രി കുഞ്ഞമ്മ ഈ കയറ്റിറക്കങ്ങളെ സ്വന്തം ഭർത്താവിന്റെ പുരുഷാധിപത്യാധികാരത്തോട് അതിനു സഹായകരമായ വ്യവസ്ഥയോട് പ്രതികരിക്കാനായി വ്യതിചലിപ്പിക്കുന്നു. അരുതുകളുടെ

വിലക്കുകളിൽനിന്നും ഇടവേളകളിലെങ്കിലും മോചിതരായി സ്വാതന്ത്ര്യം പ്രഖ്യാപിച്ചതിൽ അഭിരമിക്കുന്നവരായി ഈ കഥാപാത്രങ്ങൾ നമ്മെ വിമോഹിപ്പിക്കുന്നു.

ഒതുക്കുകല്ലിറങ്ങി, പടികടന്ന് മഴയിലേക്ക് ആരോടും പറയാതെ അപ്രതീക്ഷിതമായി ഇറങ്ങിപ്പോവുകയും കടലാഴത്തിൽ നിന്നുള്ള നിസ്സംഗതയും മഴ നനച്ച കണ്ണീരും മുറ്റത്തെ ഈറ വെള്ളത്തിൽ ചവിട്ടി കുതിർന്ന കാലടികളുമായി നടക്കല്ലിൽ നിന്ന് ക്ഷണിക്കാതെ വരാന്തയിലേക്ക് കയറി നിൽക്കുകയും ചെയ്യുന്ന കഥകളാണ് സതീജയുടേത്. ഇറങ്ങിപ്പോവുമ്പോഴും കയറിവരുമ്പോഴും മനസ്സിലവ സ്തോഭപൂർണ്ണമായ ഈർപ്പവും തണുപ്പും നിറയ്ക്കുന്നു. മണലിൽ ലോഹത്തരികൾ തേടുന്ന മരയരിപ്പിലേക്ക് കയറിയുമിറങ്ങിയും തെളിയുന്ന വെള്ളപ്പാളികൾ സൃഷ്ടിക്കുന്നതുപോലെ ഓരോതവണയും വായന പ്രതീക്ഷ നിർഭരം ആകുന്നു. കഥയുടെ പേരുകളിൽ പോലും കഥയാഴത്തിന്റെ മോഹപ്പച്ച ചാലിച്ചു ചേർത്തിട്ടുണ്ട് കഥാകാരി. ലളിതം എന്ന് പറഞ്ഞാൽ അത് തിരശ്ചീനമായി വലിയ കയറ്റിറക്കങ്ങളില്ലാതെ, എന്നാൽ ഒന്നും ശേഷിപ്പിക്കാതെ കടന്നുപോകുന്ന രീതിയാണ്. ജീവിതമാർക്കും നേർരേഖയല്ലല്ലോ. കഥാകഥനത്തിൽ സതീജയുടേത് നേരെ വിപരീത തല മാർന്നിരിക്കുന്നു. കഥയെ പുതുക്കി നിശ്ചയിച്ച് മനഃശാസ്ത്രപരമായി ലംബതലത്തിൽ കയറ്റിറക്കങ്ങളിലൂടെ ആനന്ദി പ്പിച്ചും കഥാപാത്രങ്ങൾക്കനുസരണമായി പ്രകൃതിയെ ഒരുക്കിയുമുള്ള ജലയാത്ര. ഏകാന്തതയുടെ തുരുത്തിൽ ഒറ്റപ്പെട്ടുപോകുന്ന കഥാപാത്ര ങ്ങൾ മഴയിലേക്കിറങ്ങി മരങ്ങൾക്കിടയിലൂടെ കാടു തേടി പോകുന്നതും എവിടെയെന്നറിയാതെ മാസ്മരികമായി മറയുന്നതും പിന്നെയും വായനക്കാരന്റെ വാതിൽക്കൽ വന്ന് മുട്ടിവിളിക്കുന്നതും മിക്ക കഥകളുടെയും സൗന്ദര്യാനുഭവമാണ്. ചിന്തിച്ചു കൂട്ടിയ ആകാശത്തിൽ വീണ്ടും വീണ്ടും മാറ്റിയെഴുതിയ മേഘപ്പകർച്ചകളെ പോലെയാണ് ഓരോ സൃഷ്ടിയും.

സൂക്ഷ്മമായി എഴുതുകയും വിശദാർത്ഥങ്ങൾ നൽകുകയും അതി ലോരോന്നിലും സ്പർശിക്കാൻ വായനക്കാരനെ അനുനയിപ്പിക്കുകയും ചെയ്യുന്ന സതീജയുടെ സമാഹാരം പ്രഥമകൃതിയെന്ന പരിമിതി ഇല്ലാതെ തന്നെ ശക്തമായ വാങ്മയങ്ങൾകൊണ്ട് അനുവാചകന്റെ വായനയെ പുഷ്ടിപ്പെടുത്താനും അനുഭൂതി വിശേഷമായ ആനന്ദം നേടാൻ സഹായിക്കാനും വിജയകരമായി പരിശ്രമിച്ചിരിക്കുന്നു.

www.ingramcontent.com/pod-product-compliance
Lightning Source LLC
LaVergne TN
LVHW040817051026
849519LV00007BA/2659
* 9 7 8 9 3 9 4 7 5 3 9 9 0 *